How to Write a Novel Using the Snowflake Method

Published by arrangement with Randall Ingermanson through The Steve Laube Agency, LLC.

Cách Viết Tiểu Thuyết Với Phương Pháp Hoa Tuyết

Bản tiếng Việt được xuất bản với sự đồng ý của tác giả thông qua The Steve Laube Agency, LLC.

V4.240403

Cách Viết Tiểu Thuyết
Với Phương Pháp Hoa Tuyết

Tác giả: Randy Ingermanson
Dịch giả: FuSuSu - Nguyễn Chu Nam Phương

Mục lục

Chương 1: Ước mơ viển vông....5
Chương 2: Độc giả mục tiêu.... 13
Chương 3: Một câu tóm tắt....26
Chương 4: Mô hình sáng tác.... 34
Chương 5: Vai trò của thảm họa.... 46
Chương 6: Không gì quan trọng hơn nhân vật....61
Chương 7: Một trang tóm tắt.... 76
Chương 8: Bí mật của mỗi người....88
Chương 9: Thảm họa thứ hai và lý tưởng đạo đức....100
Chương 10: Tại sao rà lại là tốt?....115
Chương 11: Bản tóm tắt dài.... 126
Chương 12: Từ điển nhân vật....133
Chương 13: Thảm họa thứ ba....141
Chương 14: Danh sách phân cảnh.... 154
Chương 15: Mục tiêu, Xung đột, Trở ngại....168
Chương 16: Phản ứng, Khó xử, Quyết định....176
Chương 17: Kế hoạch phân cảnh....179
Chương 18: Viết tiểu thuyết....193
Chương 19: Tổng kết phương pháp Hoa Tuyết....197
Chương 20: Bản thiết kế Hoa Tuyết của sách....210
Bạn muốn tiếp tục phát triển?....264
Món quà tặng bạn....272

Chương 1
ƯỚC MƠ VIỂN VÔNG

Goldilocks khát khao viết tiểu thuyết từ nhỏ.

Cô đã biết đọc trước khi vào mẫu giáo.

Lên tiểu học, cô luôn chúi mũi vào sách.

Ở trung học, những đứa trẻ khác nghĩ cô thật dị biệt vì luôn *phát cuồng* với những câu chuyện trong sách văn học cũ rích.

Suốt những năm phổ thông, Goldilocks đã ước mơ một ngày nào đó mình sẽ tự viết ra một cuốn sách của riêng mình.

Nhưng khi chuẩn bị lên đại học, bố mẹ đã thuyết phục cô học thứ gì đó *thực tế* hơn.

Goldilocks ghét những gì *thực tế*, và vẫn bí mật đọc tiểu thuyết. Tuy nhiên, cô rất ngoan ngoãn, cô đã nghe theo lời khuyên của bố mẹ, và cuối cùng đã có một tấm bằng hữu dụng trong ngành marketing.

Sau khi tốt nghiệp không lâu, cô có một công việc chán phát khóc—nhưng ít ra thì nó cũng thực tế.

Vài năm sau, cô kết hôn và có hai đứa con, một trai một gái. Cô quyết định bỏ việc để có thể toàn tâm toàn ý chăm sóc chúng.

Khi các con lớn lên, Goldilocks đã có niềm vui khôn xiết những lúc kể chúng nghe các câu chuyện cô yêu thích hồi bé.

Khi con trai lên mẫu giáo, Goldilocks đã nghĩ đến việc đi làm trở lại, nhưng hồ sơ của cô ấy có tới 7 năm thất nghiệp, và những kỹ năng thực tế cô học ngày nào giờ đã lỗi thời.

Thế nên, Goldilocks chỉ tìm được một công việc với mức lương tối thiểu.

Cô đột nhiên nhận ra việc trở nên thực tế đã khiến mình cảm thấy không thể nào bất hạnh hơn.

Chợt, cô quyết định mình phải làm một việc mà cô đã từng khát khao hơn bất cứ thứ gì khác—cô sẽ viết một cuốn tiểu thuyết.

Cô không quan tâm nó *viển vông* hay không.

Cô không cần biết có ai sẽ đọc nó hay không.

Cô sẽ làm vì đó là điều cô thực sự muốn.

Đây là lần đầu tiên trong suốt bao năm qua, cô đã quyết định làm một thứ gì đó *chỉ cho riêng mình*.

Và không ai có thể ngăn cản được cô.

Một sáng đẹp trời tháng 9, sau khi đưa con đi học, Goldilocks ngồi bên máy tính và mở một văn bản mới để soạn thảo. Cô từng muốn viết một câu chuyện hấp dẫn, với nhiều tình tiết kịch tính và lãng mạn. Nó sẽ xoay quanh một người đàn ông đẹp trai, một phụ nữ xinh gái, cùng một kẻ phản diện gian ác, trong bối cảnh đầy hiểm nguy—những năm cuối của Thế chiến II.

Cô đã đánh máy ra chữ đầu tiên: "Cái ..."

Goldilocks dừng lại, nhìn màn hình chằm chằm. Trong đầu cô hiện ra hàng triệu lựa chọn cho chữ tiếp theo, và hàng triệu lựa chọn khác cho chữ tiếp theo nữa.

Số lượng những lựa chọn là vô kể.

Cô đã không thể đánh ra chữ tiếp theo. Quá nhiều khả năng có thể xảy ra.

Cô không muốn mắc sai lầm nào. Nếu cô đi sai hướng ngay từ đầu thì sẽ phải quay lại sửa, và điều đó thật là khủng khiếp.

Cô đã đợi *quá lâu* để viết ra câu chuyện này. Nó phải thật hoàn hảo. Nó phải là của cô, một câu chuyện đặc biệt, và cô không thể chấp nhận được nếu nó có vấn đề.

Cả giờ sau đó, Goldilocks không thể rời mắt khỏi màn hình, nơi cái chữ khủng khiếp cứ đứng chình ình ngu ngốc ở đó. "Cái ..."

Cô biết mình có thể viết. Cô biết mình có tài. Cô biết mình có cả kho truyện bùng nổ bên trong, nhưng dường như không thể nào đưa chúng lên trang sách.

Cuối cùng, cô đóng bản thảo lại và khóc.

Khoảng 5 phút sau.

Goldilocks lau nước mắt và hít một hơi thật sâu. Cô khao khát viết ra cuốn tiểu thuyết này, và cô không thể cho phép sự thiếu hiểu biết ngăn cản mình.

Tất cả những gì cô cần lúc này là một ai đó giúp đỡ. Một người cố vấn. Một người chỉ đường dẫn lối.

Goldilocks mở trình duyệt web và thử tìm kiếm một lớp học, hội thảo, hay bài giảng nói về cách viết tiểu thuyết.

Chắc chắn sẽ có ai đó ngoài kia có thể dạy cô cách thực hiện ước mơ của mình.

Cô nhanh chóng khám phá ra một hội thảo nói về viết lách ở chính thị trấn của mình, và sẽ *diễn ra ngay ngày mai.*

Goldilocks phấn khích tới mức không thở nổi. Cô đăng ký ngay lập tức, và ngày mai cô sẽ được khám phá bí mật để viết tiểu thuyết.

Hôm sau, Goldilocks đã có mặt tại trung tâm hội thảo vừa kịp lúc. Cô để xe ngay bên ngoài, cạnh quán cà phê, rồi chạy vào sảnh chính lấy vé tham dự. Cô đã xem trước lịch và biết chính xác chuyên đề mình quan tâm: "Lập Đề Cương Siêu Dễ—Cách Xây Tiểu Thuyết Của Bạn."

Goldilocks hối hả tới nơi diễn ra buổi chuyên đề.

Khoảng gần 100 học viên đã lúc nhúc trong phòng.

Cô tìm thấy một ghế ở gần cuối.

Giảng viên là một bác gấu to bự, tự giới thiệu mình là Gấu Papa. "Tôi đã giảng dạy hơn 40 năm, và đã có rất nhiều học viên xuất bản sách. Bí mật để viết tiểu thuyết là bạn phải mưu tính trước mọi thứ. Học viên xuất sắc nhất của tôi là Robert Ludlum, đã áp dụng bí quyết này rất tốt cho các tác phẩm của mình."

Goldilocks bắt đầu ghi chép.

Cô học được rằng đề cương của một quyển tiểu thuyết không hề giống như dàn ý của một bài văn mình làm hồi lớp 3, sử dụng chữ số La Mã và chữ cái viết hoa, với cả tá gạch đầu dòng chi chít.

Cô học được rằng khi các tiểu thuyết gia nói về *đề cương*, thì ý họ là một *bản tóm tắt* của câu chuyện, bao gồm các tình tiết chính.

Cô cũng học được rằng những người nghiêm túc lập đề cương thường tạo ra 5 đến 10 bản tóm tắt, sửa đi sửa lại cho tới lúc tạo ra phiên bản cuối cùng hoàn hảo.

Cô cũng biết rằng một bản tóm tắt có thể dài từ 50 cho đến cả trăm trang, thậm chí hơn.

Goldilocks đã bỏ qua chuyên đề tiếp theo và tới một quán cà phê ngay cạnh trung tâm hội thảo. Cô gọi ly cà phê sữa, chọn cái bàn râm mát ở khu sân vườn vắng vẻ, và bắt đầu lập bản đề cương tóm tắt câu chuyện của mình. Cô đánh máy hì hục liên tục ba trang, rồi dừng lại để xem những gì mình đã viết ra.

Cô đã không thể hình dung được rằng nó lại có thể tệ hại đến thế. Câu chuyện của cô cực kỳ *nhạt nhẽo*.

Nhưng cô từ chối việc bỏ cuộc. Ít nhất thì cô đã viết được 3 trang rồi, và chỉ còn ... 97 trang nữa thôi.

Goldilocks tiếp tục gõ phím không ngừng nghỉ tới tận giờ ăn trưa. Khi cô nhìn lại tiến trình thì đã thấy mình viết được 11 trang.

Và cô căm ghét câu chuyện mình mới viết ra.

Cô chẳng bao giờ muốn nghĩ về nó một lần nữa.

Goldilocks cảm thấy thật tồi tệ. Cô biết rằng việc lập đề cương có thể hợp với một vài tác giả. Robert Ludlum là nhà văn vĩ đại, với rất nhiều tác phẩm cô yêu thích.

Nhưng việc lập đề cương không hợp với cô.

Nhưng cô nhất quyết không tin rằng mình ngốc nghếch.

Cô biết rằng mình có năng khiếu viết lách.

Cô biết trong mình có một câu chuyện nào đó.

Nhưng cách lập đề cương mà Gấu Papa chỉ dạy khiến cô cảm thấy quá nhàm chán.

Lúc ăn trưa, Goldilocks đã lướt nhanh qua tờ lịch trình hội thảo và thấy một chuyên đề có vẻ hấp dẫn. "Viết Tiểu Thuyết Tự Nhiên—Cách Khai Phá Con Người Trong Bạn."

Goldilocks chạy ngay tới đó và có mặt sớm vài phút.

Giảng viên là một bà gấu với ánh mắt dịu hiền ấm áp, màu socola, tự giới thiệu mình là Gấu Mama. Bà ta cười với Goldilocks, hỏi về tên và nội dung cô đang viết. Vậy là, ngay trước khi lớp học bắt đầu, Goldilocks cảm giác mình đã có đồng minh.

Gấu Mama giải thích rằng bí mật để viết tiểu thuyết đơn giản là để nó tự tuôn trào ra từ tâm hồn bạn. Không cần phải mưu tính trước gì cả. Phương pháp lập đề cương chỉ dành cho những người máy móc, mà ngay cả việc hôn vợ mình cũng cần tới quy trình 6 bước.

Ý tưởng đó khiến cả lớp cười vang.

Goldilocks cảm thấy thật thoải mái. Đúng rồi, đây chính là những gì mà cô luôn mong muốn. Phương pháp viết lách tự nhiên này có vẻ rất thuận tự nhiên.

Gấu Mama đã dành cả giờ liền để nói về những lợi ích của việc viết lách thuận theo tự nhiên, hay một số tác giả còn gọi là "viết theo trực giác."

"Tôi đã dạy nhiều học viên bao năm qua," Gấu Mama nói. "Stephen King viết theo cách này. Nó cũng chẳng có gì phức tạp. Bạn chỉ cần ngồi xuống, lắng nghe trực giác mách bảo, rồi viết vào bản thảo."

Goldilocks cảm thấy không thể đợi được lâu hơn nữa, cô chỉ muốn chạy ngay ra khỏi phòng để bắt đầu viết lách một cách tự nhiên.

Ngay khoảnh khắc chuyên đề kết thúc, Goldilocks phi về tiệm cà phê, mở văn bản mới tinh và đánh máy như vũ bão. Câu chuyện cứ thế tuôn ra khỏi tâm hồn cô ấy.

Kết quả là ba chữ cái.

"Cái ..."

Goldilocks háo hức chờ đợi. Cô nhắm mắt, và quan sát tâm hồn mình, chờ đợi những con chữ tuôn ra.

Chờ đợi.

Chờ đợi.

Chẳng có gì tuôn ra cả.

Goldilocks gập laptop lại sập một cái, rồi bước tới bước lui.

Có vấn đề gì đó với đầu óc cô ấy sao?

Cô không nghĩ vậy.

Cô biết rõ mình muốn viết về cái gì—đại loại là vậy.

Cô biết rõ nó là một câu chuyện hay—có thể là thế.

Nhưng mạch truyện chưa được rõ ràng, nên cô cảm thấy rất sợ hãi khi mình bắt đầu viết mà bị lan man.

Cô cảm thấy mình cần phải biết câu chuyện sẽ đi về đâu trước khi bắt đầu.

Phương pháp viết lách tự nhiên của Gấu Mama có vẻ như rất mơ hồ và không hiệu quả với cô.

Goldilocks nắm lấy tờ lịch trình hội thảo và lướt qua nó một cách tuyệt vọng.

Một tiêu đề chính đập vào mắt cô: "Làm Sao Để Viết Tiểu Thuyết Khi Bạn Ghét Đề Cương Mà Cũng Không Ưa Trực Giác."

Có vẻ như nó đã được tạo ra chính xác là dành cho Goldilocks.

Cô gói ghém đồ đạc vào balo và nhanh chóng tiến tới lớp chuyên đề ấy.

Cô đã tới vừa kịp lúc và dừng ở cửa để tìm cho mình một ghế ngồi.

Chỉ còn một ghế trống ở phía trái—ngay hàng đầu.

Ai cũng nhìn về phía Goldilocks khi cô len lỏi tới đó.

Tai nóng bừng, Goldilocks nhanh chóng lao vào chiếc ghế và ngồi phịch xuống.

Có một điều chắc chắn.

Cô sẽ tiếp tục nỗ lực cho tới khi tìm ra một phương pháp viết lách hiệu quả với mình.

Cô sẽ không bao giờ từ bỏ ước mơ viết tiểu thuyết.

Không, bao, giờ.

Chương 2
ĐỘC GIẢ MỤC TIÊU

Giảng viên là một chú gấu nhỏ năng động, tự giới thiệu mình tên là Gấu Baby.

Goldilocks nghĩ chú ta cao không tới 1 mét, và cô tự hỏi không biết ban tổ chức nghĩ gì mà lại mời một giảng viên trông non trẻ và thiếu kinh nghiệm như vậy.

"Bao nhiêu bạn ở đây đã từng cố gắng lập đề cương cho tiểu thuyết của mình?" Gấu Baby hỏi.

Một vài cánh tay giơ lên, bao gồm cả Goldilocks.

"Và có bao nhiêu bạn đã thử viết theo trực giác mà không thể làm nổi?" Gấu Baby tiếp tục hỏi.

Một nhóm học viên khác giơ tay.

Goldilocks tự hỏi liệu cô có phải người duy nhất đã thử cả hai phương pháp đó hay chưa.

"Chuyên đề hôm nay là buổi đầu trong chuỗi chương trình kéo dài từ giờ tới hết hội thảo," Gấu Baby nói. "Tôi sẽ dạy các bạn phương pháp mà cả chục ngàn tác giả trên thế giới đã sử dụng để viết tiểu thuyết.

Phương pháp này có thể hợp với bạn, hoặc không. Mỗi tác giả mỗi khác, và nhiệm vụ đầu tiên của bạn khi trở thành tiểu thuyết gia, là tìm ra phương pháp hợp với mình nhất."

Goldilocks ngồi ngay ngắn. Cô thích thái độ của Gấu Baby khi không đưa ra bất kỳ lời hứa hão huyền nào.

"Tôi cần một tình nguyện viên cho buổi đầu tiên này," Gấu Baby nói. "Ai có thể giúp nào? Tôi cần một người đã suy nghĩ kỹ về câu chuyện của mình và muốn viết lắm rồi, nhưng mãi chưa viết được chương đầu."

Một cụ bà ngồi bên cạnh Goldilocks giơ tay. "Câu chuyện tôi viết về một bà già đi đến tủ chén và thấy nó trống trơn."

Gấu Baby nhướng mày, nhìn vào tấm thẻ tên của bà già. "Ồ, bà Hubbard ... Bà đang viết tiểu thuyết cho phụ nữ ư?"

Bà Hubbard lắc đầu. "Không, tôi nghĩ không phải. Tôi không biết tiểu thuyết cho phụ nữ là gì. Câu chuyện tôi chủ yếu nói về cái tủ chén. Nó trống trơn. Đó là tất cả những gì tôi biết về câu chuyện cho đến giờ."

"Rất xin lỗi bà, nhưng tôi đang tìm kiếm một người đã có tiến triển hơn một chút," Gấu Baby nói. Rồi chỉ vào một bác heo to béo ngồi hàng thứ hai. "Mình đang viết thể loại tiểu thuyết gì vậy, thưa ngài?"

Bác heo đứng dậy, tay sửa lại chiếc nơ đen trên cổ. "Thực ra tôi không định tự viết. Tôi đang tìm một đồng tác giả để giúp mình viết câu chuyện về một chú heo trẻ và có ý chí vươn lên, từ nghèo khó trở thành một doanh nhân giàu có quyền lực." Bác ta lau kính bằng nơ và nói tiếp. "Nó hơi hướng tự truyện, nhưng tôi không phải là nhà văn, tôi chỉ cần ai đó giúp tôi biên soạn, là cuốn sách sẽ tự ra thôi."

Gấu Baby đọc tên trên tấm thẻ của bác heo. "Vâng, thưa ngài Heo Little, có thể ở chương trình này ngài sẽ tìm được một đồng tác giả, nhưng tôi đang tìm kiếm một *nhà văn thực thụ*. Ai đó đã bắt đầu viết mà bị kẹt."

Goldilocks cảm thấy gò má mình đỏ bừng lên. Cô che mặt mình bằng hai tay.

Gấu Baby chỉ vào cô. "Có phải mình muốn giơ tay không, thưa quý cô?"

Goldilocks cảm thấy toàn thân tê cứng, người ớn lạnh. Cô khó mà kể về câu chuyện của mình trước mặt những nhà văn thông minh và giỏi giang này. Xấu hổ lắm!

Gấu Baby lẹ làng đi tới trước mặt cô, nắm lấy hai tay cô bằng bàn tay lông lá ấm áp của mình. "Bạn đang viết tiểu thuyết thể loại gì?"

"Tôi ... chưa chắc chắn lắm về thể loại," Goldilocks nói. "Câu chuyện có một người đàn ông lịch lãm. Một phụ nữ xinh đẹp. Một kẻ phản diện xảo quyệt. Và bối cảnh là Thế chiến thứ hai. Nó sẽ rất gay cấn."

Gấu Baby gật đầu và kéo mạnh tay cô. "Rất tốt, chúng ta có thể phát triển nó đấy. Hãy lên ghế nóng và kể thêm cho tôi nghe nào."

"Nhưng ... còn những người này," Goldilocks nói. "Họ đang nhìn chằm chằm tôi kìa."

Gấu Baby dắt cô lên một chiếc ghế cạnh bàn hàng đầu, cho cô ngồi xuống, rồi sau đó chú ta nhảy lên bàn, đôi chân ngắn cũn đung đưa. "Hãy làm như không có ai ở đây cả ngoài chúng ta. Hãy kể tôi nghe thêm về câu chuyện của bạn. Nó có phải là tiểu thuyết lãng mạn?"

"Tôi ... chưa chắc lắm," Goldilocks nói. "Họ có yêu nhau nhưng câu chuyện không chỉ có tình cảm. Nó diễn ra ngay trước ngày D[1], và có nhiều sự kiện xảy ra. Đội biệt kích đang thực hiện nhiệm vụ quan trọng, và—" Cô thở dài. "Tôi không biết giải thích ra sao nữa."

"Bạn đang làm rất tốt," Gấu Baby nói. "Phải chăng đây là tiểu thuyết gay cấn?"

"Tôi chưa chắc là thuật ngữ ấy có nghĩa là gì."

"Tiểu thuyết gay cấn chủ yếu xoay quanh cốt truyện. Có gì đó tồi tệ sắp xảy đến và người hùng phải ra tay ngăn chặn. Hoặc có điều tuyệt vời sắp xảy đến, và người hùng xuất hiện là để đảm bảo nó xảy ra."

"Vâng, gần như thế, nhưng chuyện của tôi cũng chưa hẳn," Goldilocks nói. "Nhân vật chính là một phụ nữ người Pháp, sống trong một ngôi làng nhỏ dưới sự chiếm đóng của phát xít Đức. Còn nam chính là một biệt kích Mỹ, nhảy dù vào sau chiến tuyến địch để thực hiện nhiệm vụ quan trọng, nhưng anh ấy bị gãy chân."

"Và hai người gặp nhau?" Gấu Baby hỏi.

"Vâng, trong chương 1. Cô ấy chăm sóc cho anh ấy và anh kể về nhiệm vụ của mình. Cô ấy muốn giúp đỡ anh ấy nhưng vì yêu cô, nên anh ấy sợ rằng phát xít Đức sẽ có thể giết cô. Nhưng rồi cô ấy tranh luận rằng việc anh xuất hiện ở đây vốn đã khiến mình gặp nguy hiểm sẵn rồi, vì cô ấy vốn là góa phụ, đang nuôi con nhỏ—"

---

[1] Ngày D hay D-Day là tên gọi viết tắt của ngày 6 tháng 6 năm 1944, khi quân Đồng minh tiến hành cuộc đổ bộ lớn nhất trong lịch sử vào bờ biển Normandy của Pháp. Chiến dịch này nhằm giải phóng châu Âu khỏi sự cai trị của phát xít Đức.

"Wow, wow, wow!" Gấu Baby giơ bàn tay đầy lông lên. "Bạn có một câu chuyện tuyệt vời. Bạn đã viết được nhiều chưa?"

Goldilocks cảm thấy hai gò má của mình đỏ bừng trở lại. "Không ... nhiều lắm."

"Tôi thích nó lắm!" Gấu Baby quay sang lớp học. "Bao nhiêu bạn ở đây cũng thích câu chuyện này?"

Mọi học viên đều giơ tay. Bà Hubbard ngồi sát mép ghế, mắt chăm chú nhìn Goldilocks như thể cô là ngôi sao điện ảnh. Heo Little cũng ngồi nghiêm túc, ánh mắt nhìn cô như đang thẩm định một món đồ cổ.

Gấu Baby nhảy xuống khỏi bàn và nhìn sát vào tấm thẻ tên của cô. "Xem ra chúng ta nên quay lại màn giới thiệu. Tên bạn là ... Goldilocks phải không?" Gấu Baby nhìn kỹ khuôn mặt cô. "Trông bạn quen quen. Bạn từng tham dự lớp nào của tôi trước đây chưa?"

Goldilocks lắc đầu. Trong đời cô, chỉ có một lần duy nhất cô từng thấy một chú gấu giống Gấu Baby, nhưng đó là một ngày tồi tệ diễn ra lâu rồi, mà cô luôn muốn quên đi. "Tôi cũng chỉ mới học cách viết tiểu thuyết."

"Vậy thì rõ ràng bạn có năng khiếu rồi."

"Tôi có sao?" Goldilocks hỏi.

"Chắc chắn rồi!" Gấu Baby nói. "Mục đích chính của tiểu thuyết là mang lại cho độc giả một thứ mà tôi gọi là 'trải nghiệm cảm xúc mạnh mẽ'. Và cuốn sách của bạn dường như sẽ tạo ra đủ mọi cung bậc cảm xúc mạnh mẽ."

Goldilocks cảm thấy tim mình đập thình thịch. "Hồi bé, ai cũng chỉ trích tôi về việc 'quá nhạy cảm.'"

Gấu Baby nhìn cô một hồi, như tìm kiếm thứ gì đó. “Tại sao bạn phải quan tâm về việc người khác nghĩ gì về mình?”

“Bởi vì nó quan trọng!” Goldilocks nói.

“Tại sao nó quan trọng?”

Goldilocks lắc đầu trong tuyệt vọng. “Vì ... nó là vậy!” Có lẽ mọi người đang nghĩ cô thật là khùng khi cố gắng tranh luận với một chú gấu.

Gấu Baby nhún nhẹ vai. “Với một tiểu thuyết gia, việc ‘quá nhạy cảm’ thường là tốt. Vì thứ duy nhất bạn cần truyền tải cho độc giả chính là trải nghiệm cảm xúc của mình.”

Cả khán phòng gật đầu.

Goldilocks cảm thấy trái tim mình như được sưởi ấm. Mọi người có vẻ thích cô. Họ hiểu cô. Cô đã hy vọng rằng không ai để ý mái tóc của mình đã chưa được chải chuốt kỹ càng vào sáng nay.

Gấu Baby bắt đầu đi vòng vòng. “Vậy, Goldilocks à, bạn đang viết tiểu thuyết lãng mạn kết hợp gay cấn, lấy bối cảnh chiến tranh thế giới thứ 2. Đó chính là thể loại của câu chuyện.”

“Tại sao nó lại quan trọng?” Goldilocks hỏi.

Gấu Baby cười nhe răng. “Khi các hiệu sách nhận sách của bạn từ nhà xuất bản, họ cần biết phải đặt nó ở khu vực nào. Chỉ cần biết thể loại là họ sẽ có ngay câu trả lời.”

Đúng thật, Goldilocks chưa bao giờ nghĩ đến điều đó.

“Bây giờ, tôi muốn bạn tưởng tượng cuốn tiểu thuyết của mình đã xuất bản, và nằm trên kệ sách phù hợp tại một cửa hàng gần nhà. Sáu người bước vào. Một cặp vợ chồng già. Một cặp tình nhân trẻ. Một bé trai và một bé gái. Bạn hình dung ra họ chứ?"

Goldilocks gật đầu.

"Vậy ai trong số họ sẽ quan tâm đến sách của bạn?" Gấu Baby hỏi.

"Ơ ... tôi muốn tất cả, tôi nghĩ thế." Goldilocks nói. "Tôi muốn tiểu thuyết của mình bán chạy. Ai cũng sẽ muốn mua nó."

Gấu Baby nhìn cô. "Để tôi kể bạn nghe một chút về những người này. Ông già đội mũ dành cho dân câu cá, còn bà già đeo găng tay làm vườn. Chàng trai trẻ thì trông như kế toán, còn người phụ nữ dắt theo hai đứa bé, một trai, một gái. Bạn nghĩ ai trong số sáu người này sẽ thích cuốn sách của mình nhất?"

"Người phụ nữ trẻ," Goldilocks nói. "Những người lớn khác có thể không quan tâm tới tiểu thuyết, nhưng người phụ nữ đó chắc chắn muốn sách của tôi. Và nó cũng không phù hợp với lứa tuổi thiếu nhi rồi."

"Xuất sắc!" Gấu Baby reo lên, chà hai tay vào nhau. "Người phụ nữ đó sẽ đại diện cho độc giả của bạn, mà tôi gọi là độc giả mục tiêu. Bạn sẽ viết sách cho cô ấy, và chỉ cô ấy mà thôi. Cô ấy sẽ đọc sách, sẽ yêu quý nó, vì nó mang lại trải nghiệm cảm xúc mạnh mẽ. Cô ấy sẽ giới thiệu nó với người khác, và có người sẽ thích, nhưng không ai yêu quý cuốn sách đó bằng cô ấy. Bạn thấy sao khi có một fan hâm mộ lớn như cô ấy?"

"Ôi, điều đó thật tuyệt vời!" Goldilocks nói. "Tôi hiểu cô ấy cảm thấy thế nào, cũng như cách nghĩ của cô ấy."

Gấu Baby quay sang lớp học. “Vậy, đối tượng độc giả của Goldilocks chính xác là ai?”

Heo Little đứng dậy, giậm mạnh móng guốc xuống nền gạch. “Đó là một quyết định kinh doanh dở tệ,” bác ta nói.

Gấu Baby quay ngoắt về phía bác ta và hỏi lịch sự, “Tại sao ngài lại nghĩ vậy?”

“Mô hình kinh doanh hiện đại đòi hỏi phải dễ nhân rộng,” Heo Little nói. “Để tối ưu lợi nhuận, chú cần phải sản xuất tối đa với chi phí tối thiểu. Điều này yêu cầu phải tạo ra sản phẩm hướng tới đối tượng chung nhất, phổ biến nhất. Đó là cách tôi tạo ra gia sản của mình, và cũng là cách tôi sẽ viết sách.”

Gấu Baby gãi chiếc cằm đầy lông của mình và nhìn cả lớp. “Bao nhiêu bạn ở đây muốn sách của mình sẽ được đọc bởi cả triệu người?”

Ai nấy trong phòng đều giơ tay.

“Trong vòng 20 năm qua, đâu là bộ tiểu thuyết bán chạy nhất?” Gấu Baby hỏi.

Bà Hubbard cau có. “Đấy là mấy cuốn xàm xí, nói về thằng nhóc Harvey Potter nào đó, với lũ phù thủy gian ác đủ loại.”

“Một cuốn sách ngớ ngẩn,” Heo Little gằn giọng. “Tôi đã dừng đọc ngay từ trang đầu tiên, khi thấy bà tác giả đó công khai miệt thị nhà Dursley đáng kính.”

Gấu Baby hỏi, “Vậy ai là độc giả mục tiêu của bộ truyện Harry Potter?”

Cả khán phòng yên lặng.

Goldilocks rón rén giơ tay. “Đó có phải là ... một cậu bé 11 tuổi?”

Gấu Baby nhảy cẫng lên, vỗ hai bàn tay nhỏ xíu lại, kêu lên đôm đốp. "Chuẩn! Những cậu bé 11 tuổi. Đó là thị trường ngách nhỏ nhất mà bạn có thể tưởng tượng. Hãy hình dung, mọi bé trai tầm tuổi đó thường không đọc sách. Lũ nhóc 11 tuổi lại càng không, đặc biệt lại là sách viết bởi một tác giả nữ, và—"

Heo Little khịt mũi. "Rất nhiều người đọc loạt truyện Harry Potter, mặc dù có trời mới biết tại sao ai đó lại có thể đọc thứ vô nghĩa đó—"

Gấu Baby gãi tai. "Tác giả đã viết cuốn sách của cô ấy cho một thị trường ngách. Những cậu bé 11 tuổi. Nhưng cô ấy đã làm lũ nhóc mê mẩn, và chúng đã giới thiệu sách cho những cô bé 11 tuổi. Chúng cũng cảm thấy thích thú và nói cho những ai 12 tuổi, những người sẽ nói cho những ai 13 tuổi. Và cứ thế, cho tới khi ai cũng nói về cuốn sách. Điều gì đã xảy ra vậy?"

"Một lời chú nguyền ư?" bà Hubbard hỏi.

"Một chiến dịch marketing thái quá cho một sản phẩm chất lượng thấp," Heo Little nói.

"Do lối viết của tác giả đã chạm tới độc giả mục tiêu một cách sâu sắc?" Goldilocks nói.

"Chuẩn xác!" Gấu Baby nói. "Do đó, khi viết chuyện của mình, bạn không viết cho cả thế giới. Mà bạn chọn độc giả mục tiêu, rồi định nghĩa họ càng rõ ràng càng tốt. Rồi bạn viết hết sức để làm họ thích thú, và đừng quan tâm đến ai khác."

"Nhưng nếu những người khác ... ghét tác phẩm của tôi?" Goldilocks nói. Cô không thể chịu đựng được việc ai đó không thích cuốn tiểu thuyết của mình.

"Đừng. Quan. Tâm." Gấu Baby tỏ ra phấn khích, và chạy theo một vòng tròn nhỏ. "Người duy nhất trên thế giới mà bạn cần khiến họ vui là độc giả mục tiêu. Nếu những người khác không thích, đó là việc của họ."

"Đó là những lời lẽ ngu ngốc nhất tôi từng nghe," Heo Little nói.

"Nhưng ... có quá nhiều người ngoài kia đọc Harvey Potter mà không phải là một cậu bé 11 tuổi!" bà Hubbard nói. "Những người không nên đọc, nhưng lại đọc."

"Đó chính là ý tôi đấy!" Gấu Baby nói. "Đây là kế hoạch marketing của bạn, trong ba bước." Chú gấu tiến cái bảng trắng và bắt đầu viết với chữ rất to.

KẾ HOẠCH MARKETING CỦA BẠN

1. Tìm ra độc giả mục tiêu mà bạn sẽ làm họ thích thú.
2. Viết ra câu chuyện hay nhất có thể, nhắm chính xác vào độc giả mục tiêu.
3. Khi xuất bản, hãy marketing tới DUY NHẤT độc giả mục tiêu của bạn mà thôi.
4. Độc giả mục tiêu của bạn sẽ giới thiệu sách của bạn đến với cả thế giới.

"Nhưng đó là 4 bước," Heo Little nói. "Rõ ràng loài gấu không biết đếm."

"Nhưng ... chúng ta chỉ cần làm 3 bước," Goldilocks nói. "Bước 4 tự động diễn ra. Tôi đã được học ở đại học. Bước 4 là ước mơ của mọi nhà marketing. Nó được gọi là 'truyền miệng.'"

Gấu Baby giơ hai tay lên. "Bingo!" chú ta thốt lên. "Mọi tác giả đều cực kỳ muốn sách của họ được truyền miệng. Điều đó sẽ chỉ xảy ra khi bạn làm cho độc giả mục tiêu thích thú. Chỉ xảy ra khi bạn viết một cuốn sách chính xác dành cho họ. Chỉ xảy ra khi bạn ra quyết định một cách cẩn thận ngay từ đầu về việc nhắm tới độc giả mục tiêu nào."

Cả lớp im lặng. Ngay cả Heo Little cũng không thốt lên lời.

Gấu Baby bước tới đối diện Goldilocks. "Bây giờ, hãy tiếp tục. Tóm lại, độc giả mục tiêu của bạn là ai?"

"Một người phụ nữ tầm tuổi tôi," Goldilocks nói, đồng thời nhớ lại những gì cô đã học ở trường về nhân khẩu học.

"Những phụ nữ ở tuổi của bạn sẽ đọc đủ mọi thể loại tiểu thuyết. Vậy chính xác thì đâu là thể loại mà độc giả mục tiêu của bạn sẽ muốn đọc?"

"Những câu chuyện thú vị, nơi có thứ gì đó nguy hiểm sắp xảy ra. Nam chính đẹp trai, nữ chính xinh đẹp, dù yêu nhau nhưng không dám đến với nhau, vì e ngại rằng cuộc tình đó sẽ hủy hoại nhiệm vụ chung. Nhưng họ đã không thể cưỡng lại được tình yêu. Và có một kẻ phản diện gian xảo đang chờ đợi để hủy hoại cuộc đời họ. Liên tiếp có những điều siêu tồi tệ và khủng khiếp diễn ra, khiến họ nghĩ rằng họ khó có thể thành công trong nhiệm vụ này, và ngay cả khi họ thành công thì một trong hai người có thể chết thảm, và biến cuộc tình trở thành bi kịch. Chưa hết—"

Goldilocks dừng lại. Cô biết câu chuyện nghe thật là ngờ nghệch.

"Chưa hết, bằng một cách nào đó, thì cuối cùng mọi thứ đều tốt đẹp," Gấu Baby nói.

"Có thể," Goldilocks nói. "Hoặc là một trong hai người chết thảm. Vì sách của tôi khi thì cái kết có hậu, và khi khác lại là bi kịch. Bạn sẽ không bao giờ biết kết thúc thế nào nếu không đọc đến cuối."

Gấu Baby quay mặt về phía cả lớp. "Bao nhiêu bạn ở đây muốn mua cuốn sách đó?"

Một số bàn tay giơ lên rải rác.

Bà Hubbard không giơ tay.

Heo Little cũng không.

Trong một khoảnh khắc, Goldilocks cảm thấy khiếp hãi. Không phải ai cũng thích câu chuyện của cô ấy. Thực tế, hơn một nửa khán phòng không thích câu chuyện đó!

"Tuyệt lắm!" Gấu Baby nói. "Hãy xem có bao nhiêu người là độc giả mục tiêu của bạn?"

Goldilocks nghĩ có vẻ như chú gấu đang lạc quan khi cố gắng nhìn vào nửa đầy của ly nước. Nhưng sau đó, cô nhìn kỹ những người đang giơ tay. Một vài trong số họ đúng như cô mong muốn, là những người phụ nữ trẻ giống cô. Còn lại là một vài phụ nữ trung niên, thậm chí có cả các bạn tuổi teen. Cô đã không thể nào hình dung được nhóm nhân khẩu học nào có thể phù hợp với đám đông đa dạng như thế này.

"Tôi nghĩ là bạn đã có một đối tượng độc giả mục tiêu tuyệt vời," Gấu Baby nói. "Bạn đã định nghĩa họ bằng sở thích, chứ không phải tuổi tác, giới tính, hay địa vị xã hội. Bạn đã chọn nhóm đối tượng dựa trên đặc tính tâm lý học, chứ không phải là nhân khẩu học."

Goldilocks cảm giác đầu mình quay như chong chóng. Liệu có phải mọi thứ cô đã học ở trường đều sai? Và tại sao họ lại đang lãng phí thời gian nói về việc marketing, trong khi thứ cô thực sự muốn là viết lách?

Gấu Baby nhìn vào đồng hồ của mình. “Chúng ta cần nghỉ ngơi khoảng 10 phút. Khi trở lại, chúng ta sẽ tiếp tục với Goldilocks và câu chuyện của cô ấy. Tôi sẽ dạy cho các bạn cách phát triển công cụ marketing mạnh mẽ nhất cho cuốn tiểu thuyết của mình.”

Các học viên nhốn nháo bước ra khỏi phòng.

Goldilocks bước đi theo họ, và cảm thấy tuyệt vọng hết mức. Cô đã từng dành cả tuổi thanh xuân học đủ thứ về marketing và cảm thấy ngán chúng muốn chết. Mọi thứ cô muốn học bây giờ là cách viết tiểu thuyết chứ không phải cách quảng bá một cuốn tiểu thuyết. Có lẽ lựa chọn tốt nhất bây giờ là lặng lẽ chuồn khỏi đây và đi về nhà.

Chương 3
MỘT CÂU TÓM TẮT

Goldilocks định lẻn về, nhưng cô nhận ra đó là việc bất khả thi. Trong giờ nghỉ, cô đã bị bao vây bởi các học viên khác với những câu hỏi như: Cô đã viết được bao lâu rồi, và bí mật của cô là gì để viết xuất sắc như vậy.

Goldilocks không biết phải nói gì với họ, nên cô chỉ nhâm nhi ly cà phê, và nhún vai một cách bí hiểm. Ngay cả khi ở trong phòng vệ sinh nữ, cô cũng không thoát khỏi những người bạn mới, cứ nói tíu tít không ngừng. Cô cảm thấy mình như một kẻ lừa đảo tồi tệ. Nếu những nhà văn này biết rằng cô mới viết được một chữ trong cuốn tiểu thuyết, thì cô sẽ lưu danh sử sách rằng mình chẳng là gì ngoài một kẻ hoang tưởng ngu ngốc.

Lớp học tiếp tục sau giờ nghỉ, căn phòng tràn ngập sự hào hứng.

Goldilocks cảm thấy mình là kẻ mạo danh gan lì nhất thế giới.

Gấu Baby nói Goldilocks ngồi ở hàng ghế trên cùng một lần nữa, và bước tới bước lui trước mặt cô.

"Trong bài trước, chúng ta đã nói về độc giả mục tiêu của bạn, cũng như thể loại sẽ làm họ hài lòng. Chúng ta cũng đã hình dung ra một người phụ nữ trẻ có thể là độc giả mục tiêu. Bạn có nhìn thấy rõ cô ta trong tâm trí mình không?"

Goldilocks gật đầu. Người phụ nữ trẻ đó trông rất giống cô.

Gấu Baby mỉm cười. "Hãy hình dung, người phụ nữ này hỏi chủ tiệm sách rằng liệu có cuốn nào mà cô ta có thể thích đọc không, và người chủ tiệm không ngại ngần đưa sách của bạn cho cô ấy rồi nói: Đây là một cuốn sách mới xuất bản, nó viết về ... nó viết về cái gì?"

Goldilocks ngập ngừng. "Đây là một cuốn tiểu thuyết lãng mạn gay cấn, và cô sẽ thích nó."

Gấu Baby gật đầu nhẹ. "Khởi đầu tốt lắm. Đó đúng là thể loại lãng mạn gay cấn, nhưng nó không đủ để *kể* cho cô ấy rằng cô ấy sẽ thích cuốn sách thế nào. Bạn cần phải cho cô ấy *thấy* rằng cô ấy sẽ thích cuốn sách."

"À, ừ—" Goldilocks lấy tay quạt quạt vào mặt mình. "Làm sao tôi có thể làm được điều đó?"

"Hãy cho cô ấy thưởng thức câu chuyện của bạn trong khoảng 25 từ hoặc ít hơn."

Goldilocks nghĩ khoảng một phút. "Được, câu chuyện của tôi nói về một phụ nữ trẻ sống ở Pháp thời Thế chiến thứ hai, chồng cô đã mất nhiều năm trước do tham chiến. Cô ấy có một đứa con, sống bằng nghề làm vườn. Điều cô ấy e ngại nhất là quân phát xít sẽ bắt con gái mình vì cho rằng bé có vấn đề. Có một tên phát xít già khó ưa trong làng, luôn lợi dụng cô, và cô biết rằng nếu chống lại hắn thì hắn sẽ có thể nói cho quân phát xít về con gái của cô, nhưng hắn cứ lấn tới khiến cô không thể chịu nổi. Khi cô ấy phàn nàn với ngài thị trưởng, thì ông ta nói với cô rằng cô phải đưa ra một quyết định khó khăn, và—"

"Tôi tưởng là có một biệt kích Mỹ đẹp trai nào đó nhảy dù vào cuộc đời cô ấy chứ?" Gấu Baby hỏi.

Goldilocks đặt tay lên môi và lườm chú gấu. "Sẽ tới đoạn đó, nhưng đầu tiên tôi phải kể những thứ trước đấy để mọi người hiểu câu chuyện."

Gấu Baby nhìn cả lớp. "Bao nhiêu bạn ở đây cần biết mọi thứ mà cô ấy vừa kể?"

Một vài học viên dè dặt giơ tay.

Goldilocks không thể hiểu tại sao họ lại không hứng thú như trước. Mới 15 phút trước, ai cũng nghĩ rằng câu chuyện của cô ấy thật là tuyệt.

"Tất cả những gì bạn kể được gọi là phần tiền truyện," Gấu Baby nói. "Thứ mà chúng tôi muốn nghe là câu chuyện thực sự cơ."

"Nhưng mà bạn cần phải biết tất cả những điều đó đầu tiên chứ," Goldilocks nói.

"Cô đã từng đọc cuốn 'Ngày của Chó Rừng' viết bởi Frederick Forsyth chưa?" Gấu Baby hỏi.

"Có. Tôi đọc từ lâu rồi và rất yêu quý quyển sách đó."

"Nó nói về gì vậy?"

"À, nó là *một tiểu thuyết kịch tính nói về một sát thủ chuyên nghiệp được tụi khủng bố thuê để giết Tổng thống Pháp Charles de Gaulle.*"

Gấu Baby bắt đầu lẩm bẩm đếm gì đó. Khi đếm xong, chú gấu cười và nói, "25."

"Cái gì thế?" Goldilocks nhìn chằm chằm vào chú ta.

"Bạn đã tóm tắt toàn bộ câu chuyện trong 25 chữ. Bạn cho tôi biết thể loại cũng như nội dung, đủ để khiến tôi cảm thấy thích thú." Gấu Baby quay sang hỏi học viên. "Bao nhiêu bạn ở đây sẵn sàng mua ngay nếu cuốn sách có bán ở đây?"

Có 6 cánh tay giơ lên.

"Tên tựa sách là gì nhỉ?" một học viên hô lên.

"Ai là tác giả thế?" một học viên khác hỏi.

Gấu Baby chỉ vào 6 học viên đang giơ tay. "Những người này chính là độc giả mục tiêu của sách 'Ngày của Chó Rừng'. Goldilocks của chúng ta vừa mới tóm tắt câu chuyện theo một cấu trúc đủ để bạn biết rằng mình sẽ yêu thích câu chuyện đó. Tuyệt vời!"

Goldilocks cúi đầu khiêm tốn. Cô nghĩ mình đã chẳng làm gì đặc biệt cả. Bản thân câu chuyện đã rất hay rồi và cô chỉ kể những phần thiết yếu nhất.

"Hãy trả lời nhanh cho tôi," Gấu Baby nói. "Bạn sẽ tóm tắt cuốn sách của mình như thế nào để cho 6 người vừa rồi cũng hiểu?"

"Ồ, không phải là đã quá rõ rồi sao?" Goldilocks không thể nào tin nổi Gấu Baby vẫn chưa hiểu ý cô. "Tôi đang viết một tiểu thuyết lãng mạn gay cấn về một người phụ nữ Pháp thời phát xít, yêu một biệt kích Mỹ đang làm nhiệm vụ nguy hiểm, ừm, một thứ gì đó khủng khiếp với quân phát xít, sẽ thay đổi cục diện cuộc chiến."

Trong khoảng 1 phút, bầu không khí trở nên nghẹt thở. Nhưng ngay sau khi Goldilocks nói từ "ừm," sự hồi hộp đã biến mất khỏi căn phòng như một cơn gió.

Goldilocks đã khắc vào tim mình sẽ không bao giờ nói từ "ừm" một lần nữa.

Dù sao đi nữa, Gấu Baby vẫn mỉm cười, bước qua bước lại. "Đó là một khởi đầu xuất sắc. Bạn đã nói cho tôi biết thể loại truyện. Tôi đã nhìn thấy người phụ nữ. Tôi cũng thấy anh biệt kích, nhưng tôi chưa hiểu nhiệm vụ của anh ấy là gì."

Goldilocks cau mày nhìn chú gấu. "Đó là một nhiệm vụ rất quan trọng. Nó rất to lớn và hoàn toàn có thể thay đổi cục diện cuộc chiến, anh không hiểu sao?" Cô nói mà không thể tin rằng ban tổ chức có thể thuê một giảng viên thiếu kinh nghiệm, thiếu hiểu biết về tiểu thuyết đến vậy.

Gấu Baby lắc đầu. "Bạn có thể *kể* cho tôi nhiệm vụ đó quan trọng hay to lớn đến mức thay đổi cuộc chiến. Nhưng tôi không *cảm thấy* được điều đó chỉ vì bạn kể cho tôi, mà chính tôi phải là người đưa ra kết luận đó. Vì thế bạn cần phải cho tôi *thấy* nó quan trọng như thế nào."

"Nhưng mà ... trong cuốn 'Ngày của Chó Rừng', đó là điều đã xảy ra. Khi tay sát thủ chuẩn bị bắn Tổng thống Charles de Gaulle, điều đó sẽ thay đổi hoàn toàn nước Pháp."

Gấu Baby quay xuống cả lớp. "Bao nhiêu bạn có thể hình dung cảnh tượng một sát thủ sắp bắn Tổng thống Pháp?"

Mọi cánh tay trong phòng đều giơ lên.

"Bao nhiêu bạn có thể hình dung một người đàn ông làm một thứ gì đó siêu khủng khiếp với chính quyền Pháp?"

Mọi cánh tay đều hạ xuống.

Gấu Baby nhìn Goldilocks. "Hành động bắn tổng thống rất rõ ràng. Chúng ta có thể nhìn thấy tên sát thủ bóp cò. Chúng ta có thể nghe thấy tiếng súng bắn tỉa. Chúng ta có thể ngửi thấy mùi thuốc súng. Và ngay cả khi cô không kể thì ai cũng biết rằng sau đó chính quyền Pháp sẽ bị tổn thương nặng nề."

"Vậy ... ý anh là gì?"

"Hành động 'làm một thứ gì đó siêu khủng khiếp' là một thứ trừu tượng. Chúng ta không thể nhìn thấy được nó bởi vì có hàng triệu hành động khủng khiếp và chúng rất khác nhau. Chúng ta không thể nghe thấy, ngửi thấy, hoặc cảm thấy nó."

Cả lớp im lặng trong khoảng 10 giây.

Goldilocks cảm thấy bực tới mức muốn phóng ra khỏi phòng. Tại sao Gấu Baby lại ngờ nghệch như thế? "Tôi đã nói rồi mà anh không nghe! Tôi đang viết *một tiểu thuyết lãng mạn gay cấn, nói về một phụ nữ Pháp thời phát xít, yêu anh biệt kích Mỹ bị thương, người muốn làm nổ tung kho đạn ở Normandy trước ngày D.*"

Cả lớp đứng dậy, bắt đầu hò reo.

Gấu Baby vỗ tay và nhảy vòng quanh Goldilocks. "Nghe tuyệt quá, Goldilocks ạ!"

Heo Little khịt mũi. "Nhưng nó dài tới 35 từ. Chú nói phải 25 từ hoặc ít hơn cơ mà?"

Bà Hubbard giơ tay. "Liệu có tốt hơn nếu cô thêm chi tiết nào đó về cái tủ chén rỗng?"

Gấu Baby lắc đầu. "Nó có thể ngắn hơn, thưa ngài Heo Little, nhưng tôi nghĩ vậy là ổn rồi. Và bà Hubbard ơi, câu chuyện này không liên quan tới tủ chén. Goldilocks à, tôi nghĩ bạn đã thành công. Lần này, bạn không *kể* nó quan trọng thế nào, mà bạn đã cho chúng tôi *thấy*. Nếu anh biệt kích này làm nổ tung kho đạn, thì quân phát xít sẽ bị tổn hại nghiêm trọng. Trong trường hợp thất bại, chúng sẽ dễ dàng thúc đẩy cuộc xâm lược sắp tới. Rất tốt. Dù thành hay bại đều, có hệ quả."

Goldilocks cảm thấy câu chuyện của cô ấy đột nhiên trở nên tập trung hơn. Cô luôn biết rằng người hùng của mình đang làm một nhiệm vụ có thể tạo ra một đòn đánh knockout vào quân phát xít. Nhưng trước khi cô nói ra chính xác nhiệm vụ là gì, câu chuyện của cô đã có rất nhiều hướng đi. Bây giờ thì đã có ít sự lựa chọn hơn, đột nhiên cô cảm thấy mạch chuyện tự động sắp xếp đâu vào đấy.

Gấu Baby bước lên bảng trắng và bắt đầu viết:

MỘT CÂU TÓM TẮT TRUYỆN CỦA BẠN:

1) Hãy dành một giờ để thực hiện nhiệm vụ này.
2) Hãy viết ra một câu mô tả:
 a) Thể loại truyện của bạn.
 b) Các nhân vật chính là ai.
 c) Một điều mà họ khao khát muốn làm.
3) Đừng kể bất cứ điều gì về phần tiền truyện.
4) Tạo ra bức tranh rõ ràng cho độc giả mục tiêu.
5) Càng ngắn gọn càng tốt, nhưng đừng quá ngắn.

Và ngay dưới đó, chú gấu đã viết câu tóm tắt truyện của Goldilocks:

Một tiểu thuyết lãng mạn gay cấn, nói về một phụ nữ Pháp thời phát xít, yêu một anh biệt kích Mỹ bị thương, người muốn làm nổ tung kho đạn ở Normandy trước ngày D.

Chú ta bắt đầu đếm chữ. "36. Tôi không nghĩ là bạn nên làm nó ngắn hơn. Xin chúc mừng, Goldilocks. Bạn đã sẵn sàng cho bước tiếp theo."

Goldilocks cảm thấy như có cơn sóng bối rối quét qua người. "Nhưng mà điều này thì có liên quan gì tới viết lách? Nó chỉ là một thông điệp marketing thôi mà. Tại sao bạn không dạy chúng tôi cách viết tiểu thuyết?"

Gấu Baby cười nhe răng với cô. "Người đầu tiên cần được marketing chính là bản thân mình. Bạn phải cảm thấy háo hức bởi chính câu chuyện của mình. Điều đó có nghĩa là bạn phải biết chính xác câu chuyện của mình là gì. Đây là một bước tiến lớn."

"Nhưng mà tôi chẳng viết được gì cả! Tất cả những gì tôi có chỉ là một câu cụt lủn."

"Đó là một câu rất tuyệt vời, tuyệt vời hơn cái câu bạn đã có hơn 1 giờ trước," Gấu Baby nói.

Heo Little đứng dậy và hắng giọng, tay bấm liên tục trên chiếc máy tính cá nhân. "Với tốc độ này, cô sẽ mất khoảng 2.778 giờ để hoàn tất cuốn tiểu thuyết. Tương đương 116 ngày liên tục nếu viết không ăn không ngủ." Bác ta cười khẩy. "Gấu Baby à, dù chú nghĩ mình đang làm gì thì cũng vô dụng thôi."

Chương 4
MÔ HÌNH SÁNG TÁC

Goldilocks chưa bao giờ cảm thấy thất vọng đến thế. Cô đã phải làm việc vất vả với câu tóm truyện của mình. Từ trong tim, cô cảm thấy nó khá là tốt. Tuy nhiên, cô đã mất cả giờ liền và cô không thể nào chịu được cảnh viết tiểu thuyết mà cứ chậm như rùa.

"Bạn không sao chứ, Goldilocks?" Gấu Baby nói. "Trông bạn không được vui vẻ lắm."

"Ôi, tôi—" Goldilocks tay ôm đầu. "Tôi không biết anh đang làm gì nhưng nó có vẻ không hiệu quả. Chúng ta mới chỉ viết được một câu và còn hàng ngàn câu nữa. Chúng ta sẽ không thể nào hoàn thành với tiến độ như thế này."

Gấu Baby bắt đầu cười lớn. "Bạn đang đùa sao? Chúng ta có 10 bước để viết một quyển tiểu thuyết, và bạn đã xong bước một rồi—mà chỉ mất có một tiếng. Bạn đang làm rất tốt."

Goldilocks nhìn vào cái bảng trắng chỉ có một câu. "Tôi không hiểu. Anh nói rằng chúng ta đã đi được một phần mười chặng đường ư? Không thể nào!"

Heo Little dùng móng của mình chỉ vào Gấu Baby. "Rõ ràng là chú chẳng biết gì về viết lách. Chú đã xuất bản bao nhiêu cuốn tiểu thuyết rồi?"

Gấu Baby nhún vai. "Khoảng nửa tá."

"Vậy ư, tôi chẳng bao giờ nghe về chúng." Heo Little nhìn Gấu Baby qua chiếc kính gọng kim loại của bác ta.

"Có hàng triệu cuốn tiểu thuyết ngoài kia và hàng trăm ngàn tác giả," Gấu Baby nói. "Ngài đã đọc bao nhiêu cuốn, và có thể liệt kê được bao nhiêu tác giả?"

"Đọc sách và viết lách là hai thứ khác nhau," Heo Little nói. "Dù sao đi nữa, tôi cũng chẳng có thời gian tự viết. Tôi sẽ nghĩ ra câu chuyện, và chỉ cần một thư ký đánh máy lại, mấy người đó ở ngoài kia nhiều như ếch nhái sau mưa."

Càng nghe, Goldilocks càng cảm thấy phát ốm với Heo Little. Cô đứng phắt dậy và lườm bác ta. "Viết lách là kỹ năng chuyên môn, và nếu bác nghĩ mình có thể thuê một người viết giống như người làm vườn thì chắc chắn là đầu óc bác có vấn đề rồi. Hãy nhớ rằng tất cả chúng ta đến đây là để học từ Gấu Baby, tại sao bác không ngồi xuống và lắng nghe nhỉ?"

Cả khán phòng rộ lên.

Mặt của Heo Little chuyển sang màu hồng sáng. Bác ta húng hắng ho rồi ngồi xuống.

Gấu Baby dùng bàn tay to bè để gãi mũi, nhưng nó không thể nào che đi nụ cười to tướng trên mặt anh ta. "Chúng ta đáng ra nên nói về chủ đề tiếp theo là những mô hình sáng tác. Một vài bạn ở đây đã thử lập đề cương cho tiểu thuyết của mình. Các bạn cảm thấy cách đó có hiệu quả chứ?"

Một người đàn ông trẻ ở phía sau giơ tay lên. "Việc lập đề cương khá là hiệu quả với tôi."

Một người phụ nữ trẻ ngay cạnh đó cất tiếng với giọng giận dữ. "Việc đó thật khủng khiếp, nó đè bẹp tâm hồn con người. Một bức tranh không thể nào được vẽ bằng con số, nên bạn sẽ không thể nào tạo ra những tác phẩm nghệ thuật vĩ đại bằng việc lập đề cương."

Gấu Baby đưa hai tay lên. "Bình tĩnh nào mọi người. Lập đề cương là một phương pháp đã được chứng minh là hiệu quả với rất nhiều tác giả. Nhiều bạn ở đây chắc là biết cuốn The Bourne Identity. Tác giả của cuốn sách, Robert Ludlum, rất nổi tiếng với phương pháp lập đề cương siêu chi tiết."

Goldilocks cảm thấy run run. "Nhưng tôi đã thử lập đề cương và nó không hiệu quả."

Gấu Baby nhìn cô ấy. "Bạn đã thử nó và nó không hiệu quả với bạn. Lập đề cương chỉ là ví dụ của một thứ mà tôi gọi là mô hình sáng tác. Là một phương pháp giúp bạn tạo ra bản thảo đầu tiên, nó có thể hợp với một vài người, nhưng không phải là với tất cả."

Goldilocks thở dài. Cô tuyệt đối cần phải tìm ra một mô hình sáng tác phù hợp với mình.

"Một mô hình sáng tác phổ biến khác là viết theo trực giác," Gấu Baby nói. "Đơn giản là ngồi xuống viết, mà chẳng cần biết cuốn tiểu thuyết sẽ đi đâu về đâu. Bao nhiêu người đã thử nó rồi?"

Một người phụ nữ trông rất cá tính ngồi ở hàng sau nói, "Nếu bạn hỏi tôi, thì đó là cách duy nhất để tạo ra các tác phẩm nghệ thuật vĩ đại. Bạn phải làm sao để cho sự sáng tạo tuôn trào từ con người bên trong mình."

Người đàn ông trẻ ngồi cạnh cô ấy tỏ ra khinh bỉ. "Sẽ chỉ có một mớ chữ vớ vẩn tuôn ra, nếu phụ thuộc vào con người ẩm ương bên trong bạn."

Mặt người phụ nữ đỏ rực như thể cô ta sắp phát nổ.

"Xin làm ơn," Gấu Baby nói với tông giọng bình tĩnh. "Viết theo trực giác cũng chỉ là một ví dụ khác của mô hình sáng tác, và nó cũng rất hiệu quả với một vài tác giả. Stephen King là ví dụ điển hình. Một lần nữa, nó cũng không hiệu quả với tất cả."

Goldilocks không thể nào chịu nổi nữa. "Sao anh cứ vòng vo thế? Anh có một mô hình sáng tác và nó hoạt động với tất cả mọi người phải không? Hãy đơn giản là kể nó đi, được không?"

Gấu Baby lắc đầu. "Ồ, đó chính là vấn đề đấy. Tôi có một mô hình sáng tác hoạt động hiệu quả với mình cũng như hơn 10.000 tác giả khác, nhưng vấn đề là nó cũng không phải dành cho tất cả. Chẳng có mô hình sáng tác nào hoạt động với tất cả mọi người. Điều mà tôi đang cố giải thích đây là bạn phải tìm ra được một mô hình sáng tác phù hợp nhất với mình, và sau đó bỏ qua những thứ khác."

"Nhưng ... vậy thì anh nên nói sớm hơn chứ?" Goldilocks nói. "Anh làm mất thời gian của chúng tôi khi dạy về độc giả mục tiêu cũng như cách tóm truyện trong một câu. Vậy khi nào anh mới dạy chúng tôi về mô hình sáng tác này đây?"

"Thật ra thì chúng ta đang sử dụng nó rồi," Gấu Baby nói. "Mô hình sáng tác của tôi được gọi là phương pháp Hoa Tuyết, và bạn vừa mới hoàn thành bước đầu tiên là viết ra một câu tóm tắt. Có tất cả 10 bước, mà bạn đã sẵn sàng để sang bước thứ hai rồi. Nhưng trước tiên, có ai biết tại sao nó được gọi là Hoa Tuyết không?"

Cả lớp im lặng.

"Tôi nghĩ là tôi phải cho các bạn thấy." Gấu Baby bấm nút bật máy chiếu Powerpoint trên bàn.

Cái tường phía sau sáng lên, hiện ra màn hình laptop của anh ấy. Thứ duy nhất trên màn hình là tấm ảnh một bông Hoa Tuyết khá lớn.

Gấu Baby lôi Goldilocks lên bảng, đưa cô ấy một cái bút. "Tôi muốn cô hãy vẽ bông hoa tuyết này trong một nét liên tục—mà không được nhấc tay hay tẩy xóa."

Goldilocks nhìn kỹ bức tranh. "Tôi không thể. Nó quá khó. Tôi không bao giờ làm được đâu. Điều đó là bất khả thi, làm sao mà anh vẽ được nó vậy?"

Gấu Baby cười nhe răng. “Thực ra, tôi không vẽ nó. Tôi đã tạo ra một phần mềm máy tính giúp mình thực hiện điều đó.”

“Ồ, trông nó siêu phức tạp. Chắc hẳn là một phần mềm phức tạp không kém.”

“Ồ, không, nó là một phần mềm rất đơn giản, và nó cũng chỉ sử dụng chính xác quy trình mà bất cứ một người nào, kể cả một con gấu, cũng có thể dùng để vẽ ra bức tranh đó. Để tôi cho bạn thấy cách làm.” Gấu Baby cầm lấy bút và vẽ 3 nét thẳng trên bảng tạo thành một hình tam giác.

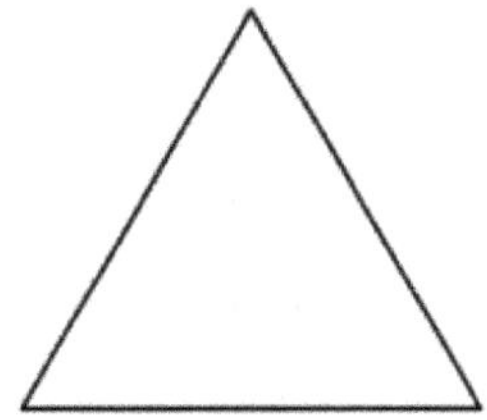

“Trông nó chẳng giống hoa tuyết chút nào,” Goldilocks nói. “Còn lâu anh mới vẽ được.”

“Tôi đâu có nói mình đã vẽ xong.” Gấu Baby xóa đoạn giữa của mỗi cạnh tam giác rồi sau đó thêm vào hai nét ở mỗi cạnh để tạo ra một ngôi sao sáu cánh.

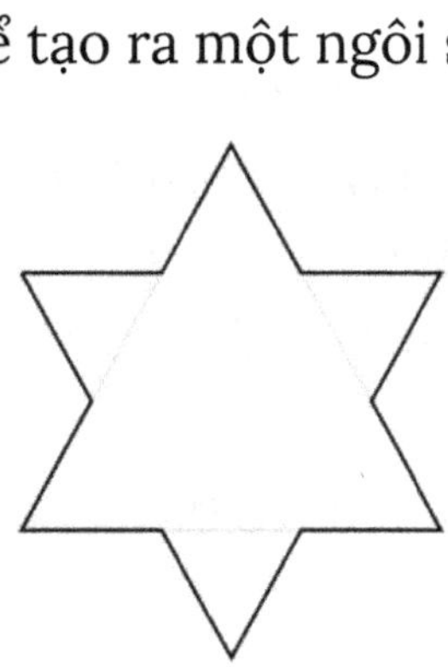

Goldilocks đặt hai tay lên môi. "Nhưng nó nhìn cũng không giống hoa tuyết lắm. Và dù sao đi nữa, anh đã ăn gian. Anh đã nâng bút lên và đã tẩy xóa."

Gấu Baby nhìn cô ấy. "Ai nói là tôi không được tẩy xóa hoặc là nâng bút?"

"Chính anh chứ ai." Goldilocks quay lại nhìn cả lớp. "Không phải anh ấy nói tôi không được xóa dòng hay sao?"

Cả lớp gật đầu.

Gấu Baby cười khúc khích. "Và bạn đã tin tôi sao? Chỉ vì tôi nói rằng bạn phải làm theo cách đó và bạn tin tôi? Dù nó khó khăn hơn, nhưng bạn vẫn đồng ý rằng mình nên đi theo con đường đó?"

Goldilocks không biết nói gì hơn là lườm anh ta.

Gấu Baby nhảy cẫng lên bàn, đứng ngay sát chiếc laptop của anh ấy và chỉ tay về phía cả lớp. "Hỡi những tiểu thuyết gia, đây là một điều quan trọng. Trong quá trình viết lách, bạn sẽ nhận được rất nhiều lời khuyên. Nhưng hãy nhớ, chúng chỉ là lời khuyên. Nếu bạn không thích lời khuyên đó, hay nếu nó không hiệu quả với mình, thì đơn giản là bỏ qua. Còn nếu nó hiệu quả, thì hãy tiếp tục."

"Nhưng mà—" Goldilocks lắp bắp. "Những giảng viên ở hội thảo này hiểu rõ về những gì họ chia sẻ có phải không?"

"Họ biết rõ điều gì hiệu quả với họ," Gấu Baby nói. "Nhưng họ không thể biết được điều gì hiệu quả với bạn. Nếu họ khuyên bạn rằng nên lập đề cương giống Robert Ludlum và nó không hiệu quả với bạn, thì bạn nên làm gì?"

"Ừm ... khóc ư?" Goldilocks nói.

"Không! Hãy bỏ qua!" Gương mặt lông lá của Gấu Baby đỏ ửng lên. "Và nếu họ khuyên bạn hãy cứ viết theo trực giác giống Stephen King, mà nó không hiệu quả với bạn, thì bạn nên làm gì?"

"Nhưng cách đó được cho là thuận theo tự nhiên," Goldilocks nói. "Thuận theo tự nhiên thì làm sao lại sai được chứ?"

Gấu Baby nhảy cẫng lên trong sự giận dữ. "Tự nhiên ư?" chú ta gầm lên. "Thật là nhảm nhí! Chẳng có gì là thuận theo tự nhiên với cái trường phái viết theo trực giác đó. Nó cũng chỉ là một phương pháp viết lách mà thôi. Nó có thể hiệu quả với một vài nhà văn vĩ đại, và nó có thể không hiệu quả với những nhà văn vĩ đại khác. Vậy bạn sẽ làm gì nếu nó không hiệu quả với mình?"

"Đi tìm một thứ khác hiệu quả?" Goldilocks nói.

"Chính xác." Gấu Baby tóm lấy bút và chạy về phía cái bảng trắng. "Nếu bạn là một họa sĩ vĩ đại, bạn có thể vẽ bông hoa tuyết này theo trực giác chỉ bằng một đường liên tục và không cần tẩy xóa. Nhưng thực tế là có rất ít họa sĩ thiên tài như vậy. Hầu hết có thể vẽ một thứ gì đó trong một nét, nhưng chắc chắn là sẽ có sự cong vênh lệch lạc, và họ sẽ phải tẩy đi tẩy lại khá nhiều lần, rồi nỗ lực thử lại cho đến khi thành công."

"Nhưng không phải là các nhà văn vĩ đại vẫn viết hàng tá bản thảo của cuốn tiểu thuyết cho đến khi nó hoàn thiện?" Goldilocks nói.

Gấu Baby cười lớn. "Đúng rồi, nếu họ là người viết theo trực giác, thường họ sẽ phải làm thế. Nhưng những người viết theo phương pháp Hoa Tuyết thì không cần. Hãy để tôi vẽ nốt, và bạn sẽ hiểu tại sao."

Gấu Baby xóa đi một vài phần trong những nét thẳng trên ngôi sao sáu cánh, sau đó thêm vào những hình tam giác nhỏ khác.

Goldilocks nhận ra cuối cùng thì trông nó đã giống một bông hoa tuyết. Tuy chưa hoàn thiện, nhưng ít nhất thì cô ấy đã thấy nó sắp hình thành.

Gấu Baby lại làm thêm một lần nữa tương tự, và bây giờ trông nó đã giống một bông hoa tuyết.

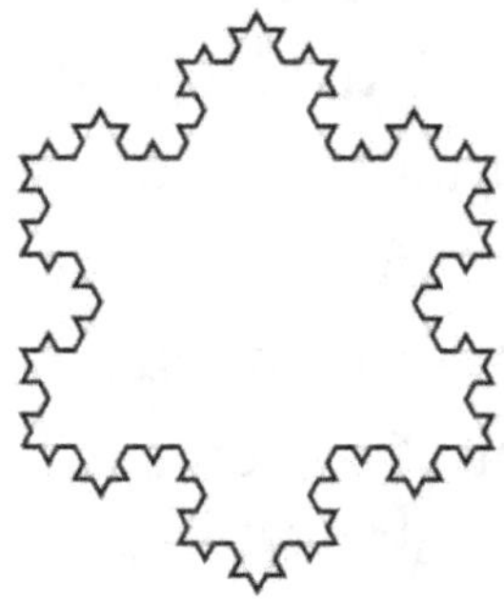

Gấu Baby thực hiện lại một lần nữa, và sau đó lùi lại một vài bước. "Bây giờ trông nó thế nào?"

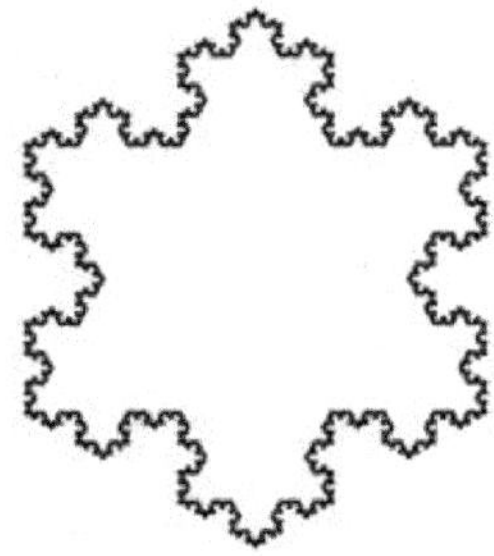

Goldilocks thở hổn hển. "Trông nó ... thật hoàn hảo."

"Ở mỗi giai đoạn, nó đều hoàn hảo, chỉ là nó chưa hoàn thành," Gấu Baby nói. "Chỉ cần bạn cứ tiếp tục làm như vậy. Đây là một đối tượng toán học được gọi là phương trình hoa tuyết, và bạn có thể chứng minh chu vi của nó là vô hạn."

"Nhưng nếu thực hiện thêm một vài lần nữa, thì nó cũng sẽ bị giới hạn bởi độ dày của ngòi bút," Goldilocks nói. "Khi chiều dài của mỗi cạnh nhỏ hơn ngòi bút, dù có thêm các nét cũng không thay đổi được gì."

"Chính xác!" Gấu Baby nói. "Nhưng hãy chú ý điều này. Ở lượt vẽ đầu tiên, việc chỉnh sửa lại rất đơn giản. Tôi chỉ việc tẩy đi một chút ở mỗi cạnh và vẽ thêm vài nét. Còn ở lượt vẽ thứ hai, bắt đầu phức tạp hơn, và lượt vẽ thứ ba còn phức tạp hơn nữa."

"Nhưng ở mỗi giai đoạn, nó đều rất đẹp và cân xứng," Goldilocks nói. "Nó hoàn hảo nhưng chưa hoàn thành."

Gấu Baby mỉm cười. "Nếu tôi vẽ nó theo cách tự nhiên, thì sẽ chẳng bao giờ hoàn hảo ở bất cứ giai đoạn nào. Và tôi sẽ luôn mất công chỉnh sửa cực kỳ mệt mỏi ở những phần khác nhau."

"Nếu vậy thì ngu ngốc quá," Goldilocks nói. "Ai mà lại đi vẽ theo cách đó chứ."

"Ý của bạn là nó sẽ có vẻ ngu ngốc đối với bạn," Gấu Baby nói. "Bởi vì bạn đã biết cách vẽ mà tôi chỉ cho bạn. Còn với những họa sĩ vẽ theo trực giác, thì chắc chắn họ sẽ không thích cách của tôi."

"Vậy thì ... ai mới đúng?" Goldilocks hỏi. "Đâu là cách vẽ bông hoa tuyết tốt nhất?"

"Đó là cách mà hiệu quả nhất với bạn," Gấu Baby nói. "Và bạn có nhớ tôi đã kể với bạn về những phương pháp viết tiểu thuyết khác nhau không?"

"Luôn luôn sử dụng cách viết nào mà hiệu quả nhất với mình," Goldilocks nói.

"Chính xác." Gấu Baby đặt cây bút xuống và lau bụi trên tay. "Bây giờ bạn đã sẵn sàng cho giai đoạn số 2 của phương pháp viết tiểu thuyết Hoa Tuyết chưa?"

Goldilocks gật đầu. "Phương pháp này nghe có vẻ quá đơn giản. Anh cứ làm như ai cũng có thể viết một cuốn tiểu thuyết vậy. Điều đó không thể nào. Tạo ra tác phẩm nghệ thuật là việc rất khó khăn, mà ai cũng biết điều đó!"

Điện thoại của Gấu Baby reo lên. Chú ta lấy ra, đọc dòng tin nhắn và chạm chạm vài cái trước khi cất đi. "Được rồi Goldilocks, bạn đã thử lập đề cương và nó không hiệu quả. Bạn cũng đã thử viết theo trực giác và nó cũng không hiệu quả. Vậy thì bạn còn gì để mất mà không thử phương pháp Hoa Tuyết?"

Goldilocks đã cảm thấy khá mệt mỏi bởi phương pháp tiếp cận đầy logic của Gấu Baby với mọi thứ.

Cánh cửa phòng đột nhiên mở toang với một tiếng động lớn.

Một con sói khổng lồ đeo mặt nạ trông rất gian xảo xông vào phòng. Nó chĩa khẩu súng to bự vào Gấu Baby và bóp cò.

Gấu Baby ôm ngực.

Máu phun ra.

Goldilocks thét lên.

Gấu Baby ngã lăn ra sàn, nằm yên bất động.

Chương 5
VAI TRÒ CỦA THẢM HỌA

Sói Big Bad chĩa súng vào Goldilocks. "Tôi nghe nói cô đang muốn sử dụng phương pháp Hoa Tuyết? Nếu đúng thì cô sẽ phải chịu đau đớn. Rất đau đấy."

Goldilocks cảm thấy từng mạch máu của mình nóng bừng lên. Hắn ta không có quyền! Cô chúi đầu xuống và lao thẳng vào Sói Big Bad hòng thúc vào bụng hắn.

Sói Big Bad bật ngửa về phía sau, ngã xuống sàn với một tiếng rên lớn "ồm!"

Goldilocks lao lên người hắn, đấm đá túi bụi, thậm chí vừa cắn, vừa cào, vừa gào, vừa thét. Ngồi trên bụng Sói Big Bad, cô cố gắng đè chặt hai tay hắn xuống sàn. "Ai đó lấy cái súng đi!"

"Này, bình tĩnh nào, tóc vàng hoe!" Sói Big Bad nói. "Để tôi giải thích."

"Ngươi đã giết gấu Baby!" Goldilocks gầm lên. "Ngươi muốn ta bình tĩnh thế nào đây?"

"Tôi ... không giết ai cả," Sói Big Bad nói, cố gắng thở.

Một bàn tay lông lá đặt lên trên vai của Goldilocks.

Cô quay đầu lại đầu nhìn.

Gấu Baby đứng đó mỉm cười. "Tôi vẫn ổn. Đây là anh bạn tôi, Sói Big Bad. Chính tôi đã yêu cầu anh ta xông vào bắn mình. Tôi có một viên thuốc tạo máu giả ở bàn tay, và chính tôi đã ép nó vào ngực."

Goldilocks không khỏi ngạc nhiên, và cũng không thể nào nghĩ được gì. "Anh nên đi ngâm nước lạnh cái tay đó ngay, hoặc là máu sẽ không ngừng chảy đâu."

Sói Big Bad nằm quằn quại ở bên dưới cô. "Này, vàng hoe, tôi không có ý xúc phạm đâu, nhưng mà cô nặng quá. Dạ dày của tôi sắp bẹp dúm rồi!"

Goldilocks cảm thấy thật ngớ ngẩn khi đang ngồi trên một con sói, nên cô đứng dậy ngay lập tức. Cô chỉ một ngón tay vào Gấu Baby. "Điều này để làm gì vậy? Các anh làm tôi sợ muốn chết với màn kịch kinh dị này đấy."

Gấu Baby quỳ một chân xuống và nâng bàn tay của Goldilocks bằng đôi tay đầy lông mềm mại của anh ta. "Tôi rất xin lỗi. Tôi chỉ muốn dạy cô một vài điều, và đây là cách tốt nhất mà tôi biết. Cô sẽ tha thứ cho tôi chứ?"

Goldilocks không còn biết nói gì. Cô cảm thấy choáng váng, như có một nồi lẩu cảm xúc lẫn lộn đang sôi sùng sục trong mình: giận dữ, sợ hãi và xấu hổ.

Sói Big Bad đứng dậy và phủi bụi trên người, sau đó dùng tay ấn vào bụng của mình. "Đầu của loài người thật là cứng, cô biết chứ?"

Goldilocks nhận ra cô đã có thể khiến cho Sói Big Bad bị thương nặng. "Tôi xin lỗi. Tôi ... đã nghĩ rằng anh sát hại Gấu Baby, và nạn nhân tiếp theo có thể là tôi."

"Sao tôi lại muốn giết cô cơ chứ?" Sói Big Bad hỏi, một nụ cười nhẹ thoáng xuất hiện trên gương mặt. "Tôi nói rằng mình sẽ chỉ bắn nếu cô quyết định sử dụng phương pháp Hoa Tuyết."

"Bởi vì—" Goldilocks khi suy nghĩ lại, cô mới thấy mình đã đưa ra một quyết định. "Bởi vì khi anh đe dọa tôi, và nói tôi không thể sử dụng phương pháp Hoa Tuyết, tôi đã nhận ra mình thực sự muốn thử nó."

"Tuyệt cú mèo!" Gấu Baby hét lên. Chú ta nhảy tót lên không trung và bắt đầu múa một vòng, vung tay vung chân như thể mới ghi bàn thắng cho đội chủ nhà. Chú ta lao về phía cái bàn, nhào lộn hai vòng trên không, đáp xuống mặt bàn, rồi quay lại và nói với toàn bộ học viên. "Các bạn có biết điều gì mới xảy ra không? Goldilocks vừa mới đưa ra một quyết định!"

Tất cả học viên đều lặng nhìn chú gấu, miệng há ra ngạc nhiên.

Sói Big Bad tiến lên bảng, cầm bút và bắt đầu viết.

TẠI SAO CÂU CHUYỆN CẦN NHỮNG THẢM HỌA?

1.
2.
3.

Gấu Baby nói, "Câu chuyện của bạn cần những thảm họa. Càng to lớn, càng khủng khiếp, càng tốt. Người ta có thể bị thương, hoặc ai đó đe dọa làm tổn thương họ. Tại sao vậy?"

"Vì nó ... hồi hộp?" Goldilocks nói.

Sói Big Bad viết:

1. HỒI HỘP

"Đúng rồi," Gấu Baby nói. "Thật là hồi hộp khi thấy chú gấu đáng yêu của bạn đe dọa. Nhưng thế chưa đủ để tạo ra một thảm họa. Còn gì nữa?"

Goldilocks hình dung lại cảnh vừa diễn ra. Sói Big Bad đã bắn Gấu Baby và sau đó đe dọa cô. Anh cũng buộc cô phải nhìn thấy điều gì là quan trọng với mình. Trước khi bị bắn, Gấu Baby đã hỏi liệu cô có muốn sử dụng phương pháp Hoa Tuyết hay không. Cô đã đắn đo. Nhưng khi Sói Big Bad nói rằng cô không thể, cô ấy đã rất rõ ràng về việc mình muốn nó như thế nào.

"Tác dụng của một thảm họa còn có thể làm gì nữa?" Gấu Baby hỏi lại.

"Nó ... buộc tôi đưa ra quyết định," Goldilocks nói.

Sói Big Bad viết:

2. QUYẾT ĐỊNH

"Chính xác," Gấu Baby nói và nhào lộn hai vòng trên không về phía ngược lại, đáp vào lòng bàn tay của Goldilocks. Chú ta tặng cho cô một nụ hôn đầy lông lá vào má.

Goldilocks không chắc chắn lắm về cảm giác của mình. Cô không muốn có 'vi khuẩn gấu' trên mặt, nhưng cô đã ôm Gấu Baby một cái thật chặt, vì cô nhận ra mình rất yêu quý chú ta, dù chú ta rất ngây thơ. Cô đặt chú xuống sàn. "Nhưng ... tại sao tôi lại cần phải ra quyết định?"

Sói Big Bad nhe răng cười. "Bởi vì nó sẽ đẩy câu chuyện sang một hướng khác và duy trì sự hấp dẫn. Nếu không, câu chuyện sẽ bắt đầu trở nên nhàm chán." Anh ta viết:

3. HƯỚNG ĐI MỚI

Gấu Baby bắt đầu đi lại vòng vòng. "Độc giả của bạn muốn tất cả những thứ đó. Sự hồi hộp. Những quyết định. Hướng đi mới. Họ muốn chúng một cách thường xuyên. Điều đấy có nghĩa là bạn phải mưu tính trước. Hãy hình dung tiểu thuyết của bạn giống như một trận đấu bóng, bạn cần tạo ra một thảm họa chính ở cuối ở phần tư hiệp đầu tiên, một cái khác ở giữa hiệp, và một cái khác nữa ở cuối hiệp."

"Nhưng ... tại sao?" Goldilocks nói. "Có nhất thiết phải như vậy không?"

Gấu Baby lắc đầu. "Bạn không nhất thiết phải làm bất cứ thứ gì cả. Nhưng nếu bạn nhìn vào những câu chuyện hay, những câu chuyện chạm tới cảm xúc độc giả, thì thường chúng được chia ra làm bốn phần với những thảm họa chính xen giữa các phần như vậy."

Sói Big Bad giơ tay lên. "Giống như trong *Star Wars*[2]," Anh nói. "Ở phần tư truyện đầu tiên, sau khi cả dì và chú của Luke bị giết bởi quân đế quốc, anh đã quyết định cùng Obi-Wan Kenobi tham gia quân kháng chiến."

[2] Series phim nổi tiếng Chiến Tranh Giữa Các Vì Sao

"Phải rồi," Gấu Baby nói. "Và ở giữa phim, Obi-Wan Kenobi đã đấu tay đôi với Chúa tể Darth Vader bằng kiếm ánh sáng, và Vader đã giết ông ta. Điều đó trở thành một thảm họa, buộc Luke phải trưởng thành hơn và không thể phụ thuộc vào vị thầy của mình nữa."

Goldilocks đã bắt đầu nhìn ra được. "Và sau đó khi họ đến hành tinh của quân đồng minh, thì khám phá ra rằng Death Star[3] đã bám theo họ, và nó sẽ hủy diệt nguyên cả hành tinh của quân đồng minh. Bây giờ họ buộc phải định xem liệu mình có nên chạy trốn hay là phản kháng."

Gấu Baby gật đầu. "Đó là một quyết định đặc biệt quan trọng. Họ đã ở lại chiến đấu. Điều đó có nghĩa là chỉ có hai kết cục. Hoặc tất cả sẽ chết, hoặc là Death Star phải bị hủy diệt. Thảm họa thứ ba đã mở ra hồi kết. Đó là một cấu trúc rất cân đối và chặt chẽ."

Goldilocks cảm thấy nghi ngại. Có thể mô thức của Gấu Baby thích hợp với các tác phẩm bom tấn, đầy sự phấn khích kèm theo những vụ nổ đã đời. Nhưng cô không nghĩ nó phù hợp với nhiều cuốn tiểu thuyết lãng mạn mà cô đã từng đọc. "Chẳng có ai bị bắn trong cuốn *Kiêu Hãnh và Định Kiến*[4] cả," cô nói.

Sói Big Bad cười lớn. "Cậu bị cô ta bắt thóp rồi kìa, Gấu Baby! Theo như tôi được nghe kể, thì *Kiêu Hãnh và Định Kiến* là một trong những cuốn sách nhàm chán, nơi chẳng có hành tinh nào bị nổ, chẳng có ai bị giết và chắc chắn là chẳng có dấu hiệu nào của một thanh

---

[3] Một ngôi sao trong phim, được tạo ra với sức mạnh hủy diệt các hành tinh.
[4] Pride and Prejudice, tác phẩm nổi tiếng nhất của nhà văn Anh Jane Austen

gươm ánh sáng. Làm thế nào để tạo ra thảm họa mà không có bất kỳ thứ nào như thế?"

Gấu Baby nhướn mày. "*Kiêu Hãnh và Định Kiến* là cuộc tình lãng mạn giữa Lizzie Bennet và quý ngài Darcy, phải chứ?"

Goldilocks gật đầu. "Và một câu chuyện lãng mạn thì đơn giản thôi. Chàng gặp nàng. Chàng mất nàng. Chàng tìm lại nàng. Vậy lấy đâu ra tới ba thảm họa? Tôi chỉ nhìn thấy có một thôi—lúc chàng mất nàng."

Sói Big Bad lắc đầu, tỏ vẻ buồn bã. "Gấu Baby à, lý thuyết của cậu có nhiều lỗ hổng hơn cả một miếng phô mai đấy."

Gấu Baby thò tay vào ba lô, lôi ra một cái iPad. Chú ta chạm tay vài lần lên màn hình, và bắt đầu đọc, miệng lẩm bẩm.

Goldilocks cảm thấy thật tội lỗi. Cô đã làm bẽ mặt Gấu Baby đáng thương trước cả lớp.

Cuối cùng thì Gấu Baby ngẩng đầu lên. "Được rồi, nghe này. Ngay khoảng phần tư đầu tiên của câu chuyện, Lizzie Bennet nói chuyện với người bạn tốt của cô ấy, ngài Wickham, và được kể rằng quý ngài Darcy đã hủy hoại ông ta về mặt tài chính chẳng vì lý do nào cả. Bạn gọi đó là gì?"

"Chàng mất nàng," Goldilocks nói. "Tôi ghi nhận rằng đó là một thảm họa, nhưng bạn cần thêm hai cái nữa."

Gấu Baby chạm tay lên màn hình và lật trang liên tục. "Hãy đến phần giữa chuyện, ngài Darcy đã cầu hôn Lizzie. Và cô ấy nói gì?"

Trái tim Goldilocks cảm thấy chao đảo. "Cô ấy nói rằng anh là người đàn ông cuối cùng trên trái đất mà mình sẽ muốn kết hôn."

Sói Big Bad chà hai bàn tay lớn của mình vào nhau. "Ồ, cô ta đã khước từ anh ta? Tôi chưa đọc câu chuyện nhưng nó giống như chàng đã mất nàng vĩnh viễn."

Gấu Baby tiếp tục lật trang. "Kết thúc của phần tư thứ ba, Lizzie đang chuẩn bị hiểu hơn về ngài Darcy và nhận ra anh cũng là một người đàn ông tử tế. Tuy nhiên, em gái của cô ấy là Lydia đã bí mật theo đuổi và sống cùng ngài Wickham, hóa ra lại là một tên lừa đảo và dối trá. Bạn gọi đó là gì?"

Goldilocks cảm thấy mình thật nhỏ bé. "Nghe như lại là một thảm họa, một thảm họa lớn."

"Wow, có vẻ như lần này nàng lại mất chàng," Sói Big Bad nói. "Nếu gia đình của Lizzie có một vụ bê bối như thế, thì Darcy sẽ khó có thể cưới cô ấy phải không?"

Goldilocks lắc đầu. "Anh cần đọc sách nhiều hơn, Sói Big Bad ạ. Đúng rồi, đó là một thảm họa, nhưng nó buộc Darcy phải thực hiện một điều rất nhân từ và quý tộc—ngài ấy đã trả nợ cho Wickham và hỗ trợ anh ta cưới Lydia, để phục hồi thanh danh gia đình. Ngài ấy đã làm điều đó trong bí mật, nhưng Lizzie đã tìm ra và nhận ra cô đã yêu anh ta suốt thời gian qua. Thế là họ sống với nhau tới đầu bạc răng long."

Sói Big Bad nhìn có vẻ sốc. "Thật sao? Nghe hấp dẫn đấy. Tôi không thể ngờ một cuốn sách về mấy con người thời trung cổ đó lại có thể hấp dẫn đến vậy."

Anh ta vớ lấy iPad của Gấu Baby, ngồi xuống một góc phòng và bắt đầu đọc.

Gấu Baby nhìn vào Goldilocks. "Bây giờ thì bạn đã biết đủ về cách cấu trúc một câu chuyện để có thể bắt đầu thực hiện bước 2 của phương pháp Hoa Tuyết rồi. Bạn đã có một biệt kích Mỹ nhảy dù vào khu vườn của một phụ nữ Pháp xinh đẹp, và anh ta bị gãy chân. Cô ấy sẽ chăm sóc anh ấy. Vậy thì vấn đề là gì?"

Goldilocks suy nghĩ một giây. "Tên phản quốc đã tới nhà cô ấy và nhìn thấy anh biệt kích."

"Đó là một thảm họa," Gấu Baby nói. "Và cô ta đã đưa ra quyết định nào? Điều gì xảy ra sẽ làm thay đổi diễn biến của câu chuyện?"

Lần này thì đến lượt Goldilocks đứng ngồi không yên. "Cô ấy quyết định bảo vệ anh biệt kích. Cô ấy đã luôn khiếp sợ khi nghĩ về việc mình sẽ giao nộp anh ta. Nhưng cho đến khi tên phản quốc khủng khiếp kia đe dọa, cô đã giết hắn và cùng anh biệt kích chôn hắn ở sân vườn."

"Đó là một thảm họa khốc liệt và cũng là một quyết định khủng khiếp," Gấu Baby nói. "Bây giờ thì cô ấy đã có một sự cam kết lớn với câu chuyện. Giống như khi Luke quyết định tham gia quân kháng chiến trong *Star Wars*. Một khi đã làm điều đó, anh ta không thể quay lại. Nếu nữ chính của cô cũng vậy—cô ta sẽ không thể nào làm cho kẻ phản quốc kia sống dậy."

"Nhưng bây giờ thì mọi thứ sẽ trở nên vô cùng khủng khiếp với cô ấy," Goldilocks nói. "Người ta có thể tìm ra cô là thủ phạm và cô ta sẽ gặp rắc rối lớn."

"Đó là rắc rối của cô ta chứ không phải của bạn," Gấu Baby nói. "Bạn có một vấn đề ngược lại, điều gì xảy ra nếu không ai phát hiện ra cô ta giết tên phản quốc?"

"Khi đó cô ấy sẽ ổn, và anh biệt kích tuyệt đối an toàn," Goldilocks nói.

"Thật tệ," Gấu Baby nói. "Tệ lắm! Trong câu chuyện, bạn không thể nào để cho nhân vật của mình yên ổn, vì nó làm câu chuyện trở nên nhàm chán."

Goldilocks lắc đầu. "Anh không hiểu đâu Gấu Baby. Cô ấy không thể làm gì ngu ngốc. Cô ấy phải hành động giống như thể không có gì xảy ra. Cô ấy phải an toàn bởi vì cô cần phải bảo vệ con gái mình."

"Chính xác," Gấu Baby nói. "Nữ chính của bạn luôn cố gắng để được an toàn. Nhưng bạn, với tư cách là tiểu thuyết gia, thì không bao giờ được ở trong vùng an toàn. Điều tệ nhất mà nữ chính có thể đối mặt là gì?"

"Quân phát xít sẽ bắt con gái cô vì cho rằng cô bé ấy có vấn đề."

"Hoàn hảo," Gấu Baby nói. "Đó chính là thảm họa thứ hai, quân phát xít có thể cướp con gái cô ấy. Hãy giải thích cho tôi tại sao cô bé đó lại có vấn đề."

"Cô bé mắc hội chứng Down[5]. Cô bé 8 tuổi nhưng lại có tâm trí của một đứa nhóc 4 tuổi."

"À há!" Gấu Baby nói. "Vậy là cô bé đủ lớn để biết rằng có một biệt kích trong nhà, và có một tên phản quốc bị giết, nhưng không đủ lớn để nói dối."

Goldilocks ngồi thụp xuống sàn và ôm đầu. "Thật là khủng khiếp. Ôi, nữ anh hùng tội nghiệp của tôi. Cô ấy đã nỗ lực làm mọi thứ để được an toàn, và bây giờ chuyện tồi tệ nhất đã xảy ra."

---

[5] Hội chứng Down là một rối loạn di truyền, khiến người ta có những đặc điểm dị biệt, và thường cần được chăm sóc đặc biệt.

"Trái lại, điều này rất tuyệt vời," Gấu Baby nói. "Cô ấy sẽ phải vượt ra khỏi vùng an toàn để làm những điều đáng sợ. Vậy thì điều đầu tiên cô ấy sẽ làm là gì?"

Goldilocks cảm thấy đầu óc mình muốn bùng nổ. Cô tưởng tượng ra cảnh nhân vật của mình sẽ làm gì nếu như quân phát xít bắt con gái mình để gửi đến trại tập trung. Khó có từ ngữ nào có thể diễn tả được sự khủng khiếp ấy. Nước mắt cô bắt đầu tuôn ra. "Cô ấy sẽ ... chặn đầu cái xe tải đang chở con mình đến trại tập trung, giết mọi tên phát xít trên xe, và cứu cô bé."

"Làm tất cả mọi thứ đó một mình ư?" Gấu Baby nói. "Cô ấy không cần ai giúp đỡ ư?"

"Cô ấy có anh biệt kích giúp đỡ, và anh ta trở thành người tình của cô, và cũng rất yêu con gái cô. Anh ta sẽ giúp cô làm mọi thứ. Một chân anh bị thương nhưng ít nhất thì vẫn có thể đi lại, và có thể sử dụng vũ khí."

"Vậy kế hoạch là gì?" Gấu Baby nói. "Việc này nghe hứa hẹn đấy, nhưng mà họ cần một kế hoạch."

"À đúng rồi, tôi nghĩ họ sẽ lên kế hoạch phục kích chiếc xe tải bất ngờ, giết tên lái xe và những người lính, sau đó cứu cô con gái và sống hạnh phúc tới già."

Gấu Baby ôm mặt, lăn ra sàn. "Ôi giời ơi! Không được, không được rồi! Thế thì quá dễ và quá sớm. Bạn cần một thảm họa khác. Có phải là ngày D sắp đến rồi không?"

Goldilocks cảm thấy đầu mình quay như chong chóng. "Đúng rồi, đó là tối thứ bảy và nữ chính của chúng ta biết ngày D sẽ là thứ hai, thứ ba hoặc thứ tư."

Gấu Baby ném cho cô một cái nhìn lạ lùng. "Ngày D không được ghi trên lịch trước đó cả tháng sao?"

Goldilocks nhướn mày. "Anh không học lịch sử à? Quân đồng minh cần ánh trăng trong đêm tối để nhảy dù, và thủy triều xuống thấp vào bình minh để có thể tấn công. Điều đó cho họ tối đa 3 ngày vào đầu tháng 6. Họ đã định triển khai chiến dịch vào thứ hai nhưng vì thời tiết xấu, họ mới trì hoãn thêm 24 giờ."

Gấu Baby cười toe toét. "Có vẻ như bạn đã nghiên cứu nghiêm túc nhỉ?"

"Vâng, tất nhiên rồi. Nhưng như tôi đã nói, ngày D đã sắp đến và nam chính của chúng ta vẫn chưa làm nổ kho đạn như kế hoạch. Và bây giờ thì anh ấy không thể, bởi vì anh ấy phải giúp nữ chính."

Gấu Baby nhìn cô ấy. "Bạn là một tiểu thuyết gia, Goldilocks. Sẽ không có thứ gì gọi là không thể. Hãy làm cho nó trở nên có thể."

Goldilocks cảm thấy mồ hôi chảy dài trên má. "Vậy thì họ sẽ chuẩn bị một cuộc phục kích, giết tài xế lái xe và đồng bọn, nhưng anh biệt kích đã bị thương. Ôi trời, tôi sợ rằng đó là một vết thương chí mạng." Cô ấy lắc đầu và gạt nước mắt. "Điều này thật là khủng khiếp, quá khủng khiếp!"

"Một thảm họa sao?" Gấu Baby nói. "Vậy thì làm sao để dẫn sang hồi kết đây?"

"À, bây giờ họ đã có một chiếc xe tải, và anh biệt kích bị thương nặng, nhưng anh ta có thể sử dụng đồng phục của quân phát xít. Họ sẽ cùng nhau tới kho đạn với thuốc nổ trên xe."

"Tôi hy vọng là họ sẽ có một chuyến phiêu lưu đáng sợ trên đường," Gấu Baby nói.

"Ồ phải rồi, nữ chính phải lái xe trong khi nam chính tội nghiệp vẫn chảy máu, và cô con gái khóc lóc dữ dội. Cuối cùng, họ tới nơi lúc 3 giờ sáng, và tôi không biết họ đã làm thế nào, nhưng họ đã lẻn vào bên trong và cho kho đạn đó nổ tung."

Gấu Baby mỉm cười. "Bạn không cần phải biết họ đã làm thế nào. Cái đó bạn có thể tính sau. Nhưng đó là phần kết, một sự kết hợp giữa vui và buồn. Tôi nghĩ nó có thể sẽ ổn đấy."

"Nó hoàn toàn ổn," Sói Big Bad nói từ góc phòng nơi mà anh ấy đang lật trang như điên trên iPad. "Rất nhiều giết chóc. Rất nhiều nụ hôn. Nghe như một câu chuyện hay muốn hú và phù hợp với tôi."

Gấu Baby tiến tới trước cái bảng trắng và cố gắng tìm một chỗ trống. "Điều mà chúng ta đã khám phá từ nãy được gọi là cấu trúc Tam Hồi[6], dù thi thoảng tôi cũng có thể gọi nó là cấu trúc Tam Họa. Bước thứ 2 trong phương pháp Hoa Tuyết là bạn tạo ra cấu trúc Tam Hồi của bạn trong một đoạn hoặc 5 câu."

Chú ta viết lên bảng:

[6] Three-Act Structure: Đây một cấu trúc kịch bản thường được sử dụng trong việc xây dựng câu chuyện với ba phần chính, giúp tạo ra sự cân đối và phát triển hợp lý của câu chuyện, giữ cho khán giả quan tâm và theo dõi từ đầu đến cuối.

MỘT ĐOẠN TÓM TẮT TRUYỆN CỦA BẠN:

1) Hãy dành một giờ để làm nhiệm vụ này.

2) Hãy viết một đoạn khoảng 5 câu theo cấu trúc:

a) Giải thích bối cảnh và giới thiệu nhân vật chính.

b) Giải thích phần tư đầu tiên, kết thúc bằng thảm họa thứ nhất, nơi người hùng bị kéo vào câu chuyện.

c) Giải thích phần tư tiếp theo, kết bằng thảm họa thứ hai nơi mà người hùng phải thay đổi chiến thuật.

d) Giải thích phần tư thứ ba, kết bằng thảm họa thứ ba, nơi người hùng buộc phải đi hết câu chuyện.

e) Phần tư cuối cùng, nơi người hùng phải đối mặt với trùm cuối, có thể thắng hoặc thua, hoặc cả hai.

3) Tập trung vào các thảm họa, cùng các quyết định đi kèm chúng.

4) Đừng cố nghĩ ra tất cả mọi thứ hoặc tìm cách giải quyết mọi vấn đề. Bạn có thể làm sau. Giai đoạn này chỉ cần tập trung vào bức tranh toàn cảnh.

Ngay bên dưới, chú ta viết đoạn tóm tắt truyện của Goldilocks:

X là một góa phụ trẻ trong thời phát xít chiếm đóng Pháp, còn Y là một anh biệt kích Mỹ nhảy dù vào sân vườn nhà cô ấy và bị gãy chân, 3 tuần trước ngày D. X đã chăm sóc cho Y và đang rất đắn đo liệu có nên giao nộp anh ta cho chính quyền. Không may ông Z đã khám phá ra nên buộc X phải giết ông ta. Y đã giúp cô chôn xác và cô quyết định mình phải bảo vệ X. Sau đó, cô con gái có vấn đề của X đã bị phát xít bắt đi. X thuyết phục Y cùng mình đột kích chuyến xe áp giải để cứu con gái và Y đã bị thương nặng. Họ lái xe tải, vượt qua đội phát xít trên đường đi tới kho đạn, và làm nó nổ tung vừa kịp trước khi cuộc tấn công của quân đồng minh bắt đầu.

"Trông nó ổn chứ?" Gấu Baby nói.

"Tôi mới đọc rồi," Sói Big Bad nói.

Goldilocks nhìn kỹ và ngâm cứu một lúc, và cô đã phát hiện ra có thứ gì đó sai sai, một vấn đề rất nghiêm trọng.

Chương 6
KHÔNG GÌ QUAN TRỌNG HƠN NHÂN VẬT

"Trông bạn không được vui lắm, Goldilocks," Gấu Baby nói. "Có vấn đề gì thế? Bạn đã có một cấu trúc tam hồi khá tốt. Bạn đã có ba thảm họa leo thang, dẫn tới một kết thúc mạnh mẽ. Bạn có thể mong muốn điều gì hơn được cơ chứ?"

Goldilocks ngồi xuống sàn, ôm mặt và lắc đầu. "Những nhân vật này ... bình thường quá." Cô cảm thấy tội lỗi vì tỏ ra vô ơn, nhưng cô không thể nào cưỡng lại cảm giác này. Gấu Baby đã phá hỏng câu chuyện của cô.

"Hãy giải thích cho tôi 'bình thường' nghĩa là sao," Gấu Baby nói.

Goldilocks cố gắng hết sức để tìm đúng từ ngữ. "Tôi ... Tôi muốn một nam chính đẹp trai, cao lớn, mạnh khỏe, tốt bụng. Tôi muốn một nữ chính xinh gái, dũng cảm, sắc sảo và đầy nhiệt huyết. Nhưng tôi chẳng thấy gì trong đoạn tóm tắt này cả. Có vẻ như nó sẽ trở thành một câu chuyện bắn giết bình thường, nơi mà chiều sâu của nhân vật chẳng được quan tâm."

Sói Big Bad tiến đến và vỗ vai cô. "Gấu Baby à, cậu muốn tôi kể cho cô ta hay là tự cậu sẽ nói?" Giọng của anh ta nghe thật tử tế.

Gấu Baby ngồi xuống cạnh cô trên sàn. "Phương pháp Hoa Tuyết có tới 10 bước, và chúng ta mới chỉ khám phá bước 2. Bước thứ 3 mới là về nhân vật."

Một tia hy vọng lóe lên trong tim của Goldilocks. "Thật chứ? Bây giờ chúng ta sẽ làm việc với nhân vật?"

"Bạn sẽ làm việc với nhân vật," Gấu Baby nói. "Tôi sẽ đưa ra một vài gợi ý về những gì cần làm tiếp theo."

"Tốt quá, vì tôi không muốn anh viết hộ câu chuyện của mình. Dù sao đi nữa, tôi mới là tác giả chứ không phải là anh."

Gấu Baby gật đầu. "Tất nhiên rồi. Bạn là tác giả. Sự sáng tạo là của bạn. Phương pháp Hoa Tuyết chỉ gợi ý cho bạn cần tập trung sự sáng tạo vào đâu ở bước tiếp theo. Bây giờ, đã đến lúc dồn sự sáng tạo vào nhân vật."

Gấu Baby ngồi dậy, cầm hai tay của Goldilocks và đỡ cô đứng lên. "Điều đầu tiên chúng ta cần làm là tạo ra một danh sách nhân vật, cho mỗi người một cái tên cũng như vai trò của họ." Anh ta tiến đến cái bảng trắng và xóa đi tất cả bằng mu bàn tay đầy lông của mình. "Ai là nhân vật chính?"

Goldilocks ngồi trên cạnh bàn, lưng quay về phía các học viên khác. "Nữ hùng của tôi. Cô ấy tên là Elise. Tôi thích cái tên đó lắm. Tôi nghĩ nó thật đẹp."

Gấu Baby viết lên bảng. NỮ CHÍNH: ELISE. "Rất tốt, và bạn có một nam chính điển trai?"

"Đúng rồi, anh ấy đến từ Mỹ, và tên của anh ấy là—" Goldilocks ngập ngừng một lúc. "Dirk. Nghe có vẻ mạnh mẽ, bí ẩn, và có chút mạo hiểm trong đó. Anh ta là một người lính dũng cảm, lớn lên trong khó khăn, nên mọi người nghĩ anh ấy có thể hơi thô lỗ và mạnh bạo, nhưng bên trong anh ấy là người tử tế và tốt bụng."

Gấu Baby viết xuống, NAM CHÍNH: DIRK. "Và Elise có một cô con gái nhỏ?"

"Đúng rồi, cô bé mới 8 tuổi, tên là Monique."

Gấu Baby viết xuống, CON GÁI: MONIQUE. "Và bây giờ chúng ta còn một tên người Pháp phản quốc, chạy theo phát xít."

Goldilocks nhún vai. "Hắn ta là kẻ phản diện, nên tôi chưa nghĩ nhiều về hắn. Tôi chỉ biết hắn rất gian xảo và bệnh hoạn, luôn muốn lên giường với Elise. Hắn hợp tác với phát xít vì hắn là một tên hèn nhát. Tôi ghét hắn."

Gấu Baby ngậm cái miệng nhỏ đầy lông của mình lại thành một đường thẳng. "Hắn ta có tên không?"

Goldilocks nhún vai. "Đâu có gì quan trọng. Gọi hắn ta là gì cũng được. Hắn là quân rác rưởi."

Gấu Baby lặng nhìn cô ấy.

"Được rồi, hãy gọi hắn là Henri." Goldilocks tự hỏi Gấu Baby bị cái gì nhập vào vậy. Trông anh ta có vẻ rất lo lắng.

Gấu Baby viết lên bảng, PHẢN DIỆN: HENRI. "Còn nhân vật chính nào nữa không?"

Goldilocks không thể nghĩ đến ai khác. "Sẽ có một vài nhân vật phụ. Trong thị trấn có ông bưu tá, ngài thị trưởng và mấy tên lính phát xít. Nhưng họ đóng vai trò không quan trọng lắm."

"Ok, tốt rồi," Gấu Baby nói, mặt vẫn lạnh tanh. "Bây giờ tôi cần biết thêm một vài thứ về những nhân vật chính này."

"Ồ, Elise thì nhỏ nhắn và xinh xắn. Cô ấy có một mái tóc đen, dài, và suôn thẳng." Goldilocks lấy tay vuốt mái tóc vàng xoăn của cô. "Và cô ấy có mắt màu xanh lá. Cái này quan trọng lắm."

"Mắt màu xanh lá." Gấu Baby thở dài. "Chỉ thế thôi sao?"

"Màu xanh nước biển đã bị lạm dụng quá nhiều."

"Vậy điều mà Elise muốn là gì?" Gấu Baby nói. "Càng cụ thể rõ ràng càng tốt. Điều mà cô ấy muốn nhất ngay khi câu chuyện bắt đầu?"

Goldilocks chưa bao giờ nghĩ về điều này. "Tôi không biết. Cô ấy muốn một điều mà mọi phụ nữ trẻ xinh đẹp đều muốn, tôi nghĩ thế."

"Và đó là gì vậy?"

Goldilocks chợt tự hỏi tại sao căn phòng lại nóng như vậy. Cô đã cố nghĩ nhưng có cảm giác đầu mình như đang chứa đầy khí heli. Cô nhớ tới cuộc thi Miss America gần nhất. Cô cảm thấy mình ghen tị với tất cả những người phụ nữ xinh đẹp, tài năng và thông minh ấy. Và tất cả họ đều muốn chính xác một điều.

"Hòa bình thế giới!" Goldilocks hét lên. "Elise muốn hòa bình thế giới!"

Gấu Baby mắt long sòng sọc.

Còn Sói Big Bad thì ngã ngửa ra sàn, ôm bụng cười một cách điên dại.

Cả lớp bắt đầu khúc khích cười.

Goldilocks tự hỏi có điều gì hài hước vậy. Không phải hòa bình thế giới là điều rất quan trọng sao? Ai cũng biết mà. Làm sao mà một phụ nữ trẻ người Pháp trong bối cảnh Thế chiến thứ hai lại không muốn hòa bình thế giới?

Gấu Baby thở dài, lôi chiếc di động và một tờ 100 đô la ra. “Goldilocks à, bạn có thể nhịn thở được bao lâu?”

“Tôi không biết, có thể là 30 giây. Lâu lắm rồi tôi không thử điều đó.”

“Tôi sẽ tặng bạn tờ 100 đô này nếu bạn có thể nhịn thở được 2 phút.”

Goldilocks không biết mình có thể làm được hay không, nhưng dù sao đi nữa thì cũng đâu có gì đau đớn để thử. “Tôi đồng ý.”

Gấu Baby chỉnh thời gian trên di động. “Sói Big Bad sẽ bịt mũi của bạn để chắc chắn rằng bạn không thể ăn gian. Nếu bạn mở miệng trước khi thời gian kết thúc thì bạn thua.”

Goldilocks gật đầu.

Sói Big Bad tiến tới và kẹp chặt hai lỗ mũi của cô ấy. “Thế này thoải mái chứ quý cô?”

“Ổn đấy.”

“Hãy hít thật sâu và cố giữ lấy,” Gấu Baby nói.

Goldilocks lấy hơi vào đầy phổi và ngậm miệng thật chặt.

Gấu Baby bắt đầu đếm thời gian.

Khoảng 15 giây đầu tiên, mọi thứ vẫn thoải mái và Goldilocks nghĩ rằng cái này không khó lắm. Tới giây thứ 30, cô cảm thấy phổi mình bắt đầu bị nghẹt lại. Tới giây thứ 45, đầu cô có cảm giác là lạ. Và khi đồng hồ chỉ qua 1 phút, cô bắt đầu cảm thấy mệt mỏi.

Những giây tiếp theo trở nên kinh khủng hơn những giây trước đó.

1 phút 5 giây.

1 phút 6 giây.

Goldilocks nhận ra cô không thể tiếp tục được nữa.

Phổi của cô ấy gào thét để có không khí.

Cô không thể chịu đựng thêm được nữa.

Cô đã mở miệng và hớp không khí vào như điên.

Sói Big Bad thả mũi cô ấy ra và lắc đầu buồn bã. "Có cố gắng, nhưng thật tiếc là chẳng có siêu thợ lặn nào."

Gấu Baby nhét lại tờ 100 đô vào chiếc ví bên thắt lưng của chú ta. "Sao bạn lại mở miệng?"

"Vì tôi muốn hít thở," Goldilocks trả lời.

"Không phải hòa bình thế giới sao?" Gấu Baby hỏi.

Goldilocks cười. "Không phải ngay lúc đó. Tôi muốn không khí hơn bất cứ thứ gì trên đời."

"Vậy tại sao bạn lại nhịn thở?"

"Ờ thì ... Tôi cũng muốn tờ 100 đô," Goldilocks thú nhận.

Gấu Baby cười to. "Cái đó được gọi là mục tiêu—khi bạn muốn thứ gì đó rõ ràng và cụ thể. Ví dụ như nhịn thở 2 phút để có 100 đô la. Bạn muốn lắm phải không?"

Goldilocks gật đầu. "Đúng vậy, tất nhiên là tôi muốn."

"Nhưng bạn đã bỏ cuộc."

"Tôi nghĩ là tôi chưa có mong muốn đủ lớn."

"Nếu đó là tờ 1 triệu đô, bạn nghĩ mình có thể thử trong vòng 2 phút không?"

"Có thể lắm. Tôi sẽ nỗ lực hơn nhiều nếu đó là 2 triệu đô," Goldilocks trả lời.

Gấu Baby đi lên bảng trắng và viết:

ĐẶC TÍNH CỦA MỤC TIÊU:

Đơn giản
Cụ thể
Quan trọng
Khả thi
Thử thách

Sói Big Bad ngắm nghía Goldilocks thật lâu. "Có thật sự là cô sẽ cố gắng nhịn thở 2 phút để có 1 triệu đô?"

Goldilocks suy nghĩ một hồi. "Có thể sẽ cần luyện tập một chút, nhưng chắc chắn là có, tôi sẽ làm."

"Cô muốn được giàu có một ngày nào đó ư?"

"Ờ thì ... tất nhiên rồi, mọi người ai mà chả muốn giàu có."

Sói Big Bad lắc đầu. "Không, không phải đâu. Một con sói thì sẽ làm gì với tiền bạc? Còn nếu như cô mang cho tôi một đàn heo nhỏ—"

"Ối!" Goldilocks nói. "Thật là khủng khiếp!"

"Phản đối!" Heo Little thét lên.

Gấu Baby hắng giọng. "Thôi, đùa đủ rồi đấy Sói Big Bad. Chuyện đó không vui đâu."

"Ồ, xin lỗi," Sói Big Bad nói mà chẳng tỏ vẻ hối hận gì cả.

"Vậy bạn có muốn giàu có không hả Goldilocks?" Gấu Baby nói.

Cô gật đầu.

"Nhưng điều đó hơi mơ hồ phải không? Làm sao bạn biết khi nào mình giàu?"

"Ờ thì ... tôi cũng chẳng biết nữa. Nhưng nếu tôi có 1 triệu đô la thì chắc chắn là tôi sẽ giàu."

Gấu Baby cười nhe răng. "Trở nên giàu có là một điều trừu tượng. Đối với một người, giàu có thể là sở hữu một triệu đô la, nhưng với ai đó, giàu có thể là sở hữu một đàn ... bò. Còn với một người nghèo sống ở những nước kém phát triển, thì giàu có đôi khi chỉ là sở hữu một chiếc điện thoại."

Goldilocks chưa bao giờ nghĩ về điều đó. "Nó cũng giống như là hòa bình thế giới phải không? Cái đó rất mơ hồ và khó định nghĩa."

"Đúng rồi, hòa bình thế giới là một ý tưởng trừu tượng," Gấu Baby nói. "Mong muốn hòa bình thế giới không có gì sai, nhưng bạn phải định nghĩa nó có ý nghĩa là gì với bạn. Bạn không thể tạo ra một câu chuyện về một ai đó mong muốn hòa bình thế giới, nhưng bạn có thể tạo ra một câu chuyện về ai đó mong muốn hủy diệt tất cả mọi vũ khí hạt nhân. Nó được gọi là một mục tiêu đơn giản, rõ ràng, quan trọng, có sự thử thách và hoàn toàn khả thi."

Sói Big Bad liếm môi. "Sở hữu một đàn heo nhỏ thì chắc chắn là khả thi."

"Tôi sẽ báo cáo với giám đốc trung tâm về ... tội ác này." Heo Little chạy ngay ra khỏi phòng.

Gấu Baby đánh vào tay Sói Big Bad. "Cậu thô lỗ quá. Sau chương trình này, cậu phải đi xin lỗi Heo Little đấy, rõ chưa?"

Sói Big Bad ném một cái nhìn gian xảo về phía cánh cửa. "Tôi nghĩ là vậy."

Goldilocks tự hỏi có chuyện gì vậy. Cô nghĩ đây không phải là lần đầu Sói Big Bad chạm trán với Heo Little. Họ có thể đã có một lịch sử đẫm máu trước đó, nhưng cô không thể đoán được. Cô rùng mình khi nghĩ đến việc Sói Big Bad muốn làm thịt Heo Little.

Gấu Baby nhìn có vẻ bực tức. Cuối cùng, chú ta quay về phía Goldilocks. "Tôi xin lỗi, Goldilocks. Hãy quay trở lại câu chuyện của bạn. Một thứ trừu tượng như hòa bình thế giới được gọi là một tham vọng, và nó sẽ thúc đẩy mục tiêu của bạn."

"Tôi không hiểu," Goldilocks nói.

"Bạn có tham vọng làm giàu," Gấu Baby nói. "Do đó, nếu bạn có cơ hội để kiếm 1 triệu đô bằng cách nhịn thở trong 2 phút, bạn sẽ đặt mục tiêu là kiếm 1 triệu đô đó, vì tham vọng của bạn là làm giàu."

Sói Big Bad chế nhạo. "Tôi không hiểu lắm về con người, và sự ám ảnh của họ với tiền bạc, trong khi vấn đề thực sự ở đây là ... ờm, thức ăn."

Goldilocks nắm lấy vai của anh ta và lắc mạnh. "Sao anh có thể thể tỏ ra tàn bạo như vậy đối với những con heo khốn khổ?"

"Bởi vì tôi không thích bị đói," Sói Big Bad nói. "Tại sao cô có thể ngờ nghệch đến mức mong muốn sở hữu một sập tiền giấy màu xanh? Giấy thì có ích gì cơ chứ?"

"Bởi vì tôi có thể dùng tiền để mua bất cứ thứ gì, như là quần áo."

"Tôi chả cần những thứ đó," Sói Big Bad nói.

"Trang điểm."

"Tôi cũng chẳng cần nó."

"Một ngôi nhà tốt."

"Cũng chẳng ấm bằng một cái hang khô ráo."

"Đồ ăn."

"Tôi cũng nói tới điều đó, nhưng cô đã tỏ ra tự phụ." Sói Big Bad tỏ ra cau có. "Cô không thích thịt hun khói trong bữa sáng sao?"

"Đó là chuyện khác," Goldilocks nói.

"Khác thế nào?"

Gấu Baby nhảy lên nhảy lên nhảy xuống trong sự phấn khích. "Hai người có nhận ra mình đang tranh luận về điều gì không?"

Goldilocks lắc đầu.

Sói Big Bad gật đầu mỉm cười.

"Giá trị!" Gấu Baby nói. "Mỗi người đều đang đánh giá mọi thứ theo một cách khác nhau. Goldilocks trân trọng quần áo, sự trang điểm, một ngôi nhà tốt và đồ ăn. Điều đó thúc đẩy tham vọng của cô ấy là muốn trở nên giàu có một ngày nào đó—vì cô ấy sẽ có được những thứ mà mình trân trọng."

"Hừm!" Sói Big Bad nói. "Giá trị con người chẳng có ý nghĩa gì cả. Tôi cảm thấy vui vẻ với thức ăn hơn."

"Và một cái hang ấm áp và khô ráo," Gấu Baby nói.

"Vâng ... tất nhiên rồi."

Goldilocks run rẩy. "Thật là khủng khiếp, làm sao anh có thể trân trọng một cái hang?"

Sói Big Bad cũng rùng mình. "Còn cô, làm sao cô có thể trân trọng được một kiểu nhà nhân tạo to lớn xấu xí làm bằng gỗ, nhựa, rồi những thứ mất tự nhiên như là thảm, rèm, rồi sơn? Chưa kể là còn phải giữ chúng sạch sẽ, mát mẻ. Thế còn ánh trăng thì sao? Làm sao cô có thể hú vào mỗi đêm? Đó quả là một lối sống kham khổ."

"Chúng ta tranh cãi đủ rồi," Gấu Baby nói. "Hai người sẽ cãi nhau cả ngày, vì mỗi người đều tin rằng những giá trị của mình là hiển nhiên. Nó là hiển nhiên với bạn thôi, chứ với người khác thì chưa chắc."

Goldilocks khoanh hai tay trước ngực. "Những giá trị của tôi rõ ràng là hiển nhiên với bất cứ ai có cảm giác."

Sói Big Bad cau có. "Những giá trị của cô chẳng có liên quan gì đến toàn bộ loài vật. Hãy nhớ rằng ở trong lớp này, động vật chúng tôi có nhiều hơn đấy."

"Hết giờ!" Gấu Baby quát lên. "Hai người sẽ chẳng thể đi tới đâu cả khi cứ tranh luận về những giá trị của nhau. Theo định nghĩa, giá trị là sự hiển nhiên đến mức không cần phải chứng minh. Hãy nhìn vào cách thức mà chúng hoạt động."

Chú gấu tiến đến cái bảng trắng và viết xuống:

GIÁ TRỊ → THAM VỌNG → MỤC TIÊU

"Mỗi người chúng ta đều có những giá trị mà chúng ta nghĩ rằng chúng rất hiển nhiên. Goldilocks cho rằng không gì quan trọng hơn tiền bạc. Sói Big Bad nghĩ rằng không gì quan trọng hơn một đàn ... thực phẩm. Cả hai người họ đều không cần lý do cho những giá trị của mình, vì đối với họ, rõ ràng là chúng cần thiết. Những giá trị của họ là giá trị, vì đơn giản là như vậy."

"Quá rõ ràng rồi," Goldilocks nói.

"Đương nhiên," Sói Big Bad nói.

Gấu Baby cười nhếch môi. "Ít nhất thì cả hai đều đồng ý điều này. Từ những giá trị của mỗi người, mà tham vọng sẽ trỗi dậy. Vì Goldilocks tin rằng chẳng gì quan trọng hơn tiền bạc, nên cô ấy có tham vọng làm giàu một ngày nào đó. Giá trị này thúc đẩy tham vọng của cô ấy. Nhưng tham vọng này khá là mơ hồ, chúng ta chẳng biết trông nó thế nào. Nhưng nếu như cô ấy có một cơ hội để thắng 1 triệu đô bằng cách nhịn thở trong 2 phút, thì đó tạo ra một mục tiêu—phải kiếm được tiền. Mục tiêu đó giúp cô ấy thỏa mãn tham vọng làm giàu."

Sói Big Bad gật đầu và tỏ ra khinh miệt. "Cậu có thể viết một câu chuyện về điều đó đấy. Một cô gái tóc vàng hoe, tham lam, hời hợt, sẵn sàng hủy hoại cả cuộc đời của mình chỉ vì một mớ giấy màu xanh vô dụng."

Goldilocks tỏ ra cáu giận. "Và có một kẻ phản diện to lớn, nặng mùi, nghiện ăn thịt heo, đã cố gắng ngăn chặn nữ chính chúng ta đạt được tham vọng của cô ấy."

Gấu Baby chống hai tay ngang hông. "Hai người thôi cãi nhau đi. Goldilocks à, tôi sẽ cho bạn một bài tập. Bạn sẵn sàng để làm việc với các nhân vật và biến họ trở nên sâu sắc và sống động hơn chưa?"

Cô gật đầu và ném một cái lườm dài cho Sói Big Bad. "Miễn các nhân vật ấy là con người."

"Tôi thà chết còn hơn đi cãi nhau với cô này," Sói Big Bad lẩm bẩm.

Gấu Baby tiến đến cái bảng trắng. "Với mỗi trong bốn nhân vật chính của bạn, tôi muốn bạn hãy viết xuống những thông tin sau." Chú ta viết lên bảng:

BẢNG TÓM TẮT NHÂN VẬT:

Họ tên:
Vai trò:
Mục tiêu:
Tham vọng:
Giá trị (hai hoặc nhiều hơn):
Một câu tóm tắt:
Một đoạn tóm tắt:

Goldilocks lấy điện thoại và chụp hình tấm bảng. "Tại sao anh lại muốn nhiều hơn một giá trị?"

"Bởi vì hầu hết mọi người đều có một vài thứ mà họ trân trọng. Và chúng có thể mâu thuẫn. Khi một người có những giá trị xung đột nhau, điều đó dẫn tới những mâu thuẫn nội tại và người đó trở nên khó đoán."

Sói Big Bad nở một nụ cười nham nhở trên mặt. "Tôi không có ý tọc mạch, nhưng hình như có một lỗi sai ở dòng cuối thì phải. Cậu đã yêu cầu cô ta tóm truyện trong một câu, giờ lại tóm trong một đoạn. Hình như cô ấy đã làm điều đó rồi mà."

Gấu Baby lắc đầu. "Cô ấy đã viết một câu và một đoạn tóm truyện cho nhân vật chính thôi. Mỗi một nhân vật đều có câu chuyện của riêng họ. Mỗi người đều nghĩ rằng họ là người hùng trong câu chuyện của mình. Và những câu chuyện cá nhân đó không hề tương tự như câu chuyện của nhân vật chính. Bạn phải rất hiểu câu chuyện của từng nhân vật. Bạn cần biết thứ gì thúc đẩy họ, thứ họ muốn trong đời, và kế hoạch của họ để có được nó."

"Có vẻ như có rất nhiều việc phải làm," Goldilocks nói.

"Bạn có thể lao đầu vào viết cuốn tiểu thuyết của bạn mà không cần tất cả những thứ này," Gấu Baby nói.

"Không, tôi không thể. Tôi đã nói rồi, tôi chẳng biết bắt đầu từ đâu cả."

Gấu Baby chỉ vào cái bảng trắng. "Giờ thì bạn đã biết mình phải bắt đầu từ đâu rồi. Lớp học hôm nay đã kết thúc. Nếu bạn dành cho mỗi nhân vật khoảng một tiếng đồng hồ, thì bạn chỉ cần 4 tiếng là xong. Hãy cho tôi xem ngày mai bạn có những gì."

Goldilocks thở dài. Có vẻ như đêm nay cô lại phải thức khuya rồi.

Tối hôm đó, sau khi cho lũ trẻ đi ngủ, Goldilocks đã ngồi xuống máy tính và bắt đầu gõ phím. Những ý tưởng bắt đầu tuôn ra. Cô đã biết câu chuyện của Elise nên khá dễ dàng. Cô cũng đã biết câu chuyện của Dirk. Khi cô gõ phím, mọi thứ dường như được sắp đặt đâu vào đấy một cách diệu kỳ. Câu chuyện của Monique có vẻ khó hơn, nhưng cuối cùng thì Goldilocks cũng đã có một vài ý tưởng hợp lý cho cô bé.

Nhưng mà về Henri...

Vâng, cô thực sự chẳng ưa hắn ta chút nào. Hắn là một người đàn ông trung niên đểu cáng, và tất cả những gì hắn ta muốn chỉ là được ngủ với Elise. Thật là một kẻ tồi tệ! Cô chẳng thể nào nghĩ được nhiều để viết về hắn ta, nhưng điều đó không quan trọng. Hắn ta là phản diện và đằng nào cũng chết sớm mà thôi, nên cô không cần phải dành quá nhiều thời gian cho hắn.

Tới nửa đêm, Goldilocks đã hoàn thành. Cô bò tới giường và cảm giác cuối cùng thì mình cũng đã trở thành một tiểu thuyết gia thực thụ. Ngày mai, cô ấy sẽ cho Gấu Baby xem những gì mình có, và anh ta sẽ nói cô là thiên tài kể chuyện, cũng như sẽ giúp cô ở bước tiếp theo.

Cô không thể chờ thêm được nữa.

Chương 7
MỘT TRANG TÓM TẮT

Sáng hôm sau, Goldilocks vác laptop tới hội thảo từ rất sớm. Cô là người tới lớp của Gấu Baby đầu tiên, và đã kiên nhẫn chờ đợi. Cô tự hỏi Gấu Baby ở đâu rồi. Chú ta không biết cô háo hức thế nào để được khoe bài tập hay sao? Đây là một điều vô cùng quan trọng!

10 phút trước khi lớp học bắt đầu, Gấu Baby mới bước vào. Anh mang theo một chiếc ba lô lớn, mà chưa kịp bỏ xuống thì đã phải đối diện với Goldilocks ngay tại cái bàn ở hàng đầu với chiếc laptop của cô ấy.

"Hãy xem nè, đây là những gì tôi đã viết tối qua!"

Gấu Baby cuộn văn bản từ trên xuống dưới. "Để xem nào. Nữ chính của bạn ... Rất tốt, bạn đã có hẳn một trang, và cô ấy có hai giá trị."

"Tôi đã dành rất nhiều thời gian cho các giá trị của cô ấy," Goldilocks nói. "Không gì quan trọng hơn là con gái Monique. Và cũng không gì quan trọng hơn là có một người đàn ông yêu thương cô ấy."

Gấu Baby nhìn chằm chằm vào khoảng trống trên văn bản. "Hãy kể cho tôi nghe về Henri, người đàn ông Henri đang tán tỉnh cô ấy."

"Hắn ta tệ lắm," Goldilocks nói ngay lập tức. "Hắn có rất nhiều tiền vì là kẻ phản quốc, và đã hợp tác với quân phát xít."

"Có vẻ như anh ta rất yêu Elise."

"Hắn ta chỉ muốn ngủ với cô ấy thôi."

"Đó là tất cả những điều anh ta muốn sao? Lên giường với cô ấy một lần duy nhất?"

"Không, hắn đâu có ngu. Hắn muốn cưới cô ấy."

"Với tôi, nó cũng giống như tình yêu vậy."

Goldilocks thở dài thành tiếng. "Tôi cho là như vậy."

"Và nếu anh ta có tiền, thì anh ta có thể giúp Elise chăm sóc cho Monique?"

"Đúng rồi, có thể lắm. Vậy thì sao?"

"Elise có hai giá trị," Gấu Baby nói. "Không gì quan trọng hơn là chăm sóc con gái Monique. Và không gì quan trọng hơn là có một người đàn ông yêu thương mình. Có vẻ như Henri thỏa mãn cả hai điều kiện này một cách hoàn hảo. Nếu Elise cưới anh ta, chắc chắn là cô ấy sẽ rất hạnh phúc."

Goldilocks nhìn chằm chằm vào Gấu Baby và tự hỏi chắc hẳn là chú ta chưa bao giờ biết lãng mạn là gì. Cũng có thể là loài gấu không thích sự lãng mạn. Và dù sao đi nữa, thì Gấu Baby trông cũng không đủ trưởng thành để có những mối quan hệ. Chú ta chỉ là một con gấu non trẻ và thiếu kinh nghiệm.

Gấu Baby tiếp tục. "Vậy tại sao Elise không cưới Henri cho nhanh?"

"Bởi vì ... hắn ta rất tồi tệ! Hắn bị hói, béo phì và ... còn hợp tác với quân phát xít!"

Gấu Baby lướt nhanh qua bản thảo. "Tôi không thấy giá trị nào ở đây nói rằng người đàn ông hoàn hảo của cô ấy phải có tóc, đô con, và thuộc phe kháng chiến."

"Nhưng mà ... không phải đã quá rõ rồi sao?" Goldilocks thét lên. "Chẳng ai lại muốn một người đàn ông đầu hói, béo phì và đi giết những người vô tội. Thành thật đi, anh chẳng nhạy bén tí nào, phải—"

"Ô, cô lại chụp mũ người ta rồi," Sói Big Bad nói.

Goldilocks quay lưng lại và lườm anh ta. "Anh từ đâu ra vậy? Ai thèm hỏi ý kiến anh chứ?"

"Chính cô chứ ai? Khi cô nói rằng chẳng ai muốn một người đàn ông to béo, đầu hói, lại đi giết người vô tội. Tôi có thể nói với cô rằng với tôi, thì một người đầu hói sẽ dễ tiêu hóa hơn là có tóc. Và nếu to béo thì lại càng ngon lành, hấp dẫn. Còn về vụ giết người vô tội, thì nếu cô hỏi tôi, thì loài người chẳng ai vô tội. Từ xưa đến nay, họ phá hủy cả hành tinh và thúc đẩy các loài khác đến bờ tuyệt chủng. Vì thế—"

"Xéo ngay!" Goldilocks gào lên. "Anh là người thật tệ hại!"

"Tôi là sói, không phải người. Sói đấy nha. Mà này, khi cô tức giận, trông cô cũng ngon lành lắm."

"Thật không thể chịu nổi!" Goldilocks nói. "Anh không nên đùa như vậy."

Sói Big Bad không nói gì nữa.

Goldilocks tự hỏi điều gì sẽ xảy ra nếu anh ta đã không nói đùa.

"Bình tĩnh nào!" Gấu Baby nói, lao vào giữa Goldilocks và Sói Big Bad. "Chúng ta có thể tập trung được không? Ý của tôi là Goldilocks đã chưa chỉ ra hết được các giá trị của Elise. Có vẻ như Elise không muốn được yêu thương bởi bất cứ người đàn ông nào. Anh ta phải trẻ và đẹp trai."

"Tất nhiên rồi, điều đó quá rõ ràng."

"Điều đó có thể rõ ràng với Elise, nhưng chưa chắc rõ ràng với tất cả mọi người," Gấu Baby nói. "Đây chính là vấn đề về các giá trị—chúng không phải lúc nào cũng rõ ràng. Một người phụ nữ già cả có thể thích một người đàn ông to béo và đầu hói cùng tuổi, bởi vì sẽ dễ nói chuyện hơn là một người ông trẻ đẹp, luôn thu hút những phụ nữ trẻ."

"Được rồi, được rồi, tôi sẽ sửa lại giá trị đó cho rõ ràng hơn," Goldilocks gắt gỏng.

"Và hơn nữa, Elise có vẻ tin rằng việc hợp tác với quân phát xít là một tội lỗi."

"Tất nhiên rồi, điều đó—" Goldilocks thở dài.

"Là hiển nhiên rõ ràng?" Gấu Baby nói. "Vậy mà đã có hàng triệu người hợp tác với quân phát xít. Rõ ràng là chống lại phát xít không phải là một giá trị phù hợp cho tất cả mọi người."

"Giá trị của những người đó là ... không gì quan trọng hơn sống sót," Goldilocks nói. "Nhưng mọi người đều biết vậy mà, nó quá là ... rõ ràng."

"Bạn cứ liên tục nói thế dù nó không phải là vậy," Gấu Baby nói. "Có vẻ như bạn sẽ có thêm một vài giá trị có thể bổ sung vào danh sách của Elise, nhưng cả lớp đã đến rồi và chúng ta cần bắt đầu thôi."

Goldilocks giờ mới để ý cả khán phòng đã tràn ngập học viên. Cô đóng laptop lại và tìm ghế ngồi, nhưng hầu như các ghế đã hết. Chiếc ghế trống duy nhất là ở hàng thứ hai, ngay cạnh Sói Big Bad. Cô ngồi xuống, và cố gắng né xa anh ta nhất có thể.

Anh sói nhìn cô, cười nhe răng và liếm môi.

Gấu Baby gõ tay lên mặt bàn để gây sự chú ý. "Hôm nay chúng ta sẽ cùng thảo luận về bước tiếp theo trong phương pháp Hoa Tuyết—một trang tóm tắt."

"Úi giời," Goldilocks thốt lên. "Tôi ghét những bản tóm tắt. Tôi đã thử viết và thấy thật kinh khủng, buồn chán. Có một bác gấu già hôm qua đã dạy cho tôi cách viết tóm tắt, nhưng nó không hiệu quả."

"Ok, được rồi, cách đó hiệu quả với bố của tôi," Gấu Baby nói.

Goldilocks há miệng kinh ngạc. "Gấu Papa là bố của anh sao?"

"À, Gấu Mama đã nói như thế mà, chắc chỉ có mẹ mới biết."

"Gấu Mama là mẹ của anh sao?"

"Tôi tưởng đó phải là điều hiển nhiên chứ," Gấu Baby nói và nở một nụ cười khổng lồ. "Có lẽ bạn sẽ đồng ý rằng một điều gì đó rõ ràng với ai đó thì chưa chắc đã rõ ràng với người khác. Trở lại chủ đề chính, hôm nay chúng ta sẽ học cách viết một trang tóm tắt truyện. Các bạn sẽ cảm thấy nó vô cùng dễ dàng."

Goldilocks khoanh tay trước ngực. Cô biết rằng viết tóm tắt là một việc tẻ nhạt. Cô đã từng thử nó, và cô tự hỏi mình có nên tìm cách chuồn khỏi tiết học này và chờ Gấu Baby chuyển sang thứ gì đó hấp dẫn hơn hay không.

"Một vài bạn có thể nghĩ rằng một bản tóm tắt thật là tẻ nhạt," Gấu Baby nói.

Má của Goldilocks ửng hồng.

"Và bạn đã đúng. Bản tóm tắt là thứ tẻ nhạt nhất bạn sẽ từng viết. Nhưng nó rất cần thiết nếu như bạn muốn bán ý tưởng của mình cho một nhà xuất bản truyền thống. Bởi vì tất cả họ đều muốn chắc chắn nhận được nó trong hồ sơ sách của bạn. Mà bạn sẽ khó có được một nhà xuất bản tốt, nếu không có một bản tóm tắt xuất sắc."

Goldilocks cảm thấy như có hòn đá to bự kẹt trong dạ dày. Việc viết tiểu thuyết gian nan hơn cô tưởng.

"Mục tiêu của chúng ta hôm nay là tìm ra một cách viết bản tóm tắt nhanh chóng hiệu quả, không gây đau đớn," Gấu Baby nói. "Và chúng ta đã sắp xong rồi đấy."

Sói Big Bad ngáp dài thành tiếng.

Goldilocks ném cho anh ta một cái nhìn kinh tởm.

"Chúng ta đã học cách viết tóm truyện trong một đoạn," Gấu Baby nói. "Bây giờ bạn chỉ cần lấy mỗi một câu trong đó, mở rộng nó thành một đoạn. Bạn có 5 câu tất cả, hãy mở rộng mỗi câu đó thành một đoạn và bạn sẽ có một trang 5 đoạn. Đơn giản vậy thôi."

Goldilocks không thể nào tin nổi. Việc đó nghe quá đơn giản, nên chắc chắn phải có một cái giá nào đó.

"Tôi thấy hầu hết các bạn đều mang laptop," Gấu Baby nói. "Việc viết một bản tóm tắt sẽ mất khoảng 1 giờ đấy. Nhưng, tôi muốn bạn hãy dành 20 phút ngay bây giờ để viết hai đoạn đầu. Sau đó, tôi sẽ muốn nghe một vài phần thực hành của các bạn. Bài của ai hay nhất, sẽ nhận được một phần thưởng bí mật."

Goldilocks tuyệt nhiên muốn sở hữu phần thưởng đó. Cô nghi ngờ rằng nó cũng sẽ liên quan đến viết lách. Có thể là một lời tựa của Gấu Baby, hoặc một lời giới thiệu đến một nhà đại diện văn học tuyệt vời nào đó.

Sói Big Bad gãi nách. "Chúc may mắn, Goldilocks," anh ta thì thầm, vẻ mặt giả tạo hết cỡ.

Goldilocks mở laptop ra và bắt đầu đánh máy điên cuồng. Cô không cần sự may mắn, và cô đã ngán muốn chết với thái độ của Sói Big Bad.

20 phút trôi qua nhanh như điện xẹt. Goldilocks đã hoàn tất đoạn thứ hai trước khi Gấu Baby đưa tín hiệu hết giờ.

"Ai muốn đọc lên tác phẩm của mình nào?" Gấu Baby hỏi.

Goldilocks giơ vút tay lên.

Những người khác trong căn phòng cũng vậy.

Gấu Baby chọn một người đàn ông trung niên đầu hói to béo ở cuối phòng.

Ông ta đứng dậy và đọc hai đoạn của mình. Nghe chúng thật tuyệt, và không có một sai sót nào. Người đó viết một tiểu thuyết văn học với bối cảnh ở New York. Bản tóm tắt của ông ấy nghe thật nuột nà.

Điều đó làm cho Goldilocks cảm thấy muốn độn thổ. Cô không thể nào viết hay được như thế.

Sói Big Bad nghiêng người vào sát cô và thì thầm. "Viết lách bay bổng đấy, nhưng chẳng có câu chuyện, chẳng có nội dung gì đáng chú ý."

"Tiếp theo là ai đây?" Gấu Baby nói.

Một lần nữa, cả tá cánh tay vung lên.

Lần này, Gấu Baby chọn một bà già. Trông bà ta rất mũm mĩm với mái tóc rối bời, và Goldilocks nghĩ rằng phần trang điểm của bà ấy hơi nghiệp dư. Bà ta viết thể loại gợi tình, và hai đoạn đầu nghe thật nóng bỏng.

Goldilocks cảm thấy hai má của mình nóng bừng lên. Cô không thể hình dung ai lại có thể viết thể loại đó mà còn ngang nhiên đọc giữa chốn đông người nữa chứ.

Sói Big Bad thì thầm với giọng hơi sốc, "Điều đó có thể khả thi với loài người ư?"

Khi Gấu Baby hỏi học viên tiếp theo, Goldilocks đã giơ tay một lần nữa, nhưng có vẻ như cô đã trở thành người vô hình trong mắt của Gấu Baby.

Sau khi nghe một vài tác phẩm của các tác giả khác, Goldilocks cảm thấy mệt mỏi. Dường như cô không có một cơ hội nào cả.

Có thứ gì đó vỗ vào vai cô, một thứ gì đó ấm áp và đầy lông lá. Chắc chắn là tay của một con sói.

Goldilocks cố gắng lờ nó đi.

Cái tay cứ tiếp tục chạm nhẹ nhàng và kiên nhẫn.

Cuối cùng, cô ấy quay sang lườm Sói Big Bad.

Anh ta nghiêng người về phía cô. "Có muốn tôi giúp gây sự chú ý với Gấu Baby không?"

Một phần trong cô muốn nói rằng anh ta nên nhảy xuống vực. Một phần khác trong cô lại thực sự muốn được giúp đỡ. Cô đã cảm thấy quá tuyệt vọng, nên cô gật đầu nhẹ một cái.

Ngay sau khi tác giả tiếp theo đọc xong, Gấu Baby nói, "Ai tiếp nào?"

Sói Big Bad lập tức đứng lên và vẫy tay. "Này! Đằng này! Tóc vàng hoe thật sự muốn đọc tác phẩm của cô ấy! Gấu Baby, cậu nghe rõ không?"

Goldilocks xấu hổ muốn chết. Tại sao Sói Big Bad lại có thể làm cô bẽ mặt như thế chứ?

Gấu Baby mỉm cười. "Ồ, có vẻ như hai người đã làm lành rồi. Tốt lắm, hãy đọc đoạn đầu của phần tóm tắt của bạn đi, Goldilocks."

Goldilocks đứng dậy và bắt đầu đọc:

"Tháng 5 năm 1944, lúc đó quân đồng minh đang thực sự muốn hủy diệt một kho đạn trọng yếu trước ngày D. Họ huấn luyện một đội biệt kích để nhảy dù vào bên kia phòng tuyến địch, với trang bị đầy đủ súng ống và thuốc nổ. Nhưng chiếc máy bay đã tan tành bởi súng phòng không, và chỉ có một người duy nhất giữ được mạng. Dirk Steele nhảy dù vào lãnh thổ của Pháp, đáp xuống một khu vườn nhỏ trong một ngôi làng cách mục tiêu khoảng 20 cây số. Trong bóng đêm, do đáp dù bất cẩn, anh ấy đã bị gãy chân."

Goldilocks dừng lại một chút để thở.

Cả khán phòng trở nên yên ắng.

"Đó là một khu vườn của Elise Renoir, một góa phụ người Pháp đang sống cùng cô con gái 8 tuổi tên là Monique, mắc hội chứng Down. Elise luôn e sợ quân phát xít sẽ bắt cô bé. Elise đã luôn muốn tham gia quân đồng minh. Cô ấy không sợ chết, nhưng nếu cô ấy mất thì điều gì sẽ xảy ra với con gái? Khi phát hiện ra Dirk bất tỉnh trong khu vườn, Elise biết rằng điều an toàn nhất là giao nộp anh ta cho phát xít, nhưng cô không thể. Thay vào đó, cô ấy giấu anh ta dưới hầm và bó bột cho chân của anh ấy. Trong một tuần liền, Elise đã phải vật lộn với lương tâm của mình. Cô có một kẻ đáng ghét đang theo đuổi mình. Đó là một người đàn ông trung niên, đầu hói, tên là Henri, một kẻ phản quốc, hợp tác với phát xít. Khi hắn tới tán tỉnh Elise và khám phá ra Dirk, cô đã giết hắn và chôn hắn trong khu vườn."

Goldilocks dừng lại. "Đó là tất cả những gì tôi có."

Cả căn phòng vỗ tay rầm rộ.

Gấu Baby nhảy lên nhảy xuống trong sự phấn khích. "Siêu quá! Thật là tuyệt! Đoạn đầu tiên của bạn đã cho chúng tôi thấy bức tranh toàn cảnh. Thời gian, địa điểm và tình huống căng thẳng ở mức độ rất cao. Bạn cũng đã giới thiệu nhân vật yêu quý của chúng ta, Dirk, và cho anh ta một vấn đề. Ngay sau đó ở đoạn thứ hai, bạn đã giới thiệu nhân vật chính Elise và cho cô ta tới hai vấn đề—con gái của cô ấy và tên tán tỉnh khó ưa—rồi kết thúc bằng một thảm họa. Ngay sau đó, dân làng sẽ tự hỏi chuyện gì đã xảy ra với Henri, và Elise buộc phải tham gia vào câu chuyện. Thật là hoàn hảo!"

Goldilocks cảm thấy mình đang tỏa ra ánh hào quang tự hào. Cô ấy đã làm được. Ít nhất thì một phần của bản tóm tắt đã không nhàm chán.

"Tôi nghĩ chúng ta đã có người thắng cuộc," Sói Big Bad nói.

Goldilocks quay đầu nhìn anh ta. "Tôi nghĩ ... Gấu Baby sẽ chọn ra người chiến thắng."

Sói Big Bad lấy ra một chiếc danh thiếp từ đâu đó trong đám lông của anh ta, đưa nó cho Goldilocks. "Giải thưởng là cuộc hẹn 1 giờ đồng hồ với tôi."

Tấm danh thiếp ghi: Công ty Đại diện Văn học Sói Big Bad. Nó có địa chỉ ở New York hẳn hoi.

Tự nhiên Goldilocks cảm thấy khó thở. Sói Big Bad là một đại diện văn học? Tới từ New York?

"Hãy cùng ăn trưa," Sói Big Bad nói. "Cô làm tôi thích rồi đấy."

Gấu Baby vỗ hai tay trong sự hân hoan. "Tuyệt vời quá! Goldilocks à, có thể bạn không biết, nhưng Sói Big Bad là một nhà đại diện uy tín. Cậu ấy trẻ, háu ăn, nhưng cũng là một nhà đàm phán lão luyện với các biên tập viên. Tôi nghĩ lý do có thể là do hàm răng to bự, hoặc những chiếc móng sắc nhọn."

"Đó là do sự quyến rũ của tôi đấy," Sói Big Bad vuốt đám lông rối của anh ta.

Goldilocks run bắn. Chồng cô sẽ nghĩ gì khi nghe tin rằng cô đã ăn trưa với một nhân vật đáng ngờ như vậy.

Sói Big Bad liếm môi. "Cô có thích món sườn heo không?"

"C-có," Goldilocks nói.

"Tôi cho rằng cô không thích ăn chúng khi còn tươi."

"Ừm, tôi thích đồ nướng."

Vẻ mặt ông ta thất vọng. "Được, dù nó chỉ tốt thứ nhì, nhưng tôi biết một nơi hay lắm. Nếu không phiền, tôi sẽ đưa cô ra ngoài rìa làng. Trông nó giống như một cái hố trong tường, nhưng món sườn thì tuyệt hảo."

Goldilocks cảm thấy nỗi sợ đang nhảy tùng phèo trong bụng. Nghe có vẻ như một bộ phim kinh dị.

Gấu Baby reo một hồi chuông từ bàn của anh ta. "Đã đến giờ nghỉ rồi. Chúng ta sẽ gặp nhau trong 15 phút nữa để tiếp tục sang bước số 5 của phương pháp Hoa Tuyết."

Chương 8
BÍ MẬT CỦA MỖI NGƯỜI

Trong suốt giờ nghỉ trưa, Goldilocks nhận ra những học viên khác cư xử rất lạ lùng. Cứ như thể cô là một ai đó vô cùng đặc biệt, một chuyên gia thực thụ biết rõ những điều mình đang làm.

Cô đã không thể hiểu tại sao họ lại suy nghĩ như vậy. Nếu họ nhận ra cô là kẻ lừa đảo, chắc chắn họ sẽ rất ghét cô ấy. Chỉ là cô gặp may mắn, chỉ là Gấu Baby đã ân cần giúp đỡ. Nhưng cô cũng cảm thấy nôn nao về sự hứng thú đột ngột mà Sói Big Bad dành cho cô. Điều gì xảy ra nếu điều mà anh ta nhắm tới không phải là bản thảo của cô, mà là thứ khác? Nghĩ tới đó khiến Goldilocks cả rùng mình. Nhưng chắc chắn là Gấu Baby đã không mời Sói Big Bad đến hội thảo nếu anh ta không phải là một người tử tế, hẳn là vậy rồi.

Khi các học viên quay trở lại phòng, Goldilocks đã nhìn thấy vẻ mặt vô cùng thỏa mãn của Heo Little.

Còn Sói Big Bad thì không thấy bóng dáng đâu cả.

Gấu Baby lườm Heo Little. "Sói Big Bad đã trả món nợ công ích cho xã hội. Không có lý do gì để bác lại kể với giám đốc trung tâm về ... quá khứ của anh ta."

Heo Little hậm hực. "Chú sẽ khó mà bình tâm đứng cạnh hắn ta nếu hắn đã từng hạ sát vài con gấu. Chú đã nghe hắn khoe khoang về việc ăn thịt heo rồi. Chú nghĩ gì mà dù biết tôi ở đây, nhưng vẫn mời loại người như vậy đến hội thảo?"

Goldilocks ớn lạnh. Sói Big Bad? Kẻ sát nhân ư?

Gấu Baby khoanh tay trước ngực. "Tôi khá là chắc chắn về việc anh ấy cải tà quy chánh. Anh ấy đã trở thành một đại diện xuất bản đáng kính trọng và không còn nguy hiểm đối với bất cứ ai trong hội thảo."

Heo Little cười mỉa mai. "Hãy xem nếu giám đốc trung tâm đồng ý với điều đó."

"Dù bà ấy nghĩ vậy thì tôi cũng sẽ khiến bà ấy an tâm." Gấu Baby mạnh tay mở laptop ra. "Chúng ta đã lãng phí thời gian khá nhiều vào các chủ đề không liên quan rồi. Hãy chuyển sang bước tiếp theo trong phương pháp Hoa Tuyết."

Tiếng xì xào rộ lên khắp Phòng.

Goldilocks tự hỏi liệu mình có nên hủy cuộc hẹn ăn trưa mà cô đã lỡ nhận lời với Sói Big Bad hay không.

"Các bạn đã viết được hai đoạn đầu tiên trong phần một trang tóm truyện, và điều đó thật dễ dàng phải không?" Gấu Baby nói. "Nó cũng không nhàm chán như bạn nghĩ—vì bạn tập trung vào thảm họa. Bài tập về nhà tối nay của bạn là hoàn thiện nốt trang tóm tắt này. Còn bây giờ, chúng ta sẽ tiếp tục làm việc với các nhân vật."

Bà Hubbard nói, “Tôi tưởng là chúng ta đã làm điều đó ngày hôm qua rồi?”

“Có một sự luân phiên trong phương pháp Hoa Tuyết. Chúng ta làm việc với cốt truyện, sau đó với nhân vật, rồi quay trở lại cốt truyện, rồi lại nhân vật, mỗi lần lại đào sâu hơn. Hôm qua khi chúng ta làm tới bước thứ ba của phương pháp Hoa Tuyết, thì đó mới chỉ là tầng bề mặt thôi. Tên nhân vật, mục tiêu, tham vọng và các giá trị, mới chỉ dừng lại ở đó. Ngày hôm nay chúng ta sẽ đi sâu hơn vào thâm tâm của nhân vật.”

Gấu Baby dừng lại một chút và nhấp một ngụm từ chai nước khoáng trên bàn.

Goldilocks bắt đầu mở laptop ra để ghi chú. Cô rất háo hức cho bước tiếp theo. Cô rất thích dạng tiểu thuyết xoay quanh nhân vật. Tác giả cô yêu thích thường tập trung vào khai thác nội tâm nhân vật một cách sâu sắc. Gấu Baby chắc là sẽ không có nhiều thứ để dạy cô về chủ đề này, nhưng cô có thể học hỏi được thứ gì đó hữu ích. Biết đâu, chú ta sẽ phải ngạc nhiên bởi kiến thức tuyệt vời của cô.

“Ai muốn lên ghế nóng hôm nay nào?” Gấu Baby hỏi.

Goldilocks không nói gì. Tất nhiên là cô thích được nhận thêm sự giúp đỡ cho các nhân vật của mình, nhưng cô cũng không muốn chiếm hết sự chú ý.

Heo Little giơ tay phải lên. “Tôi chẳng cần ai giúp đỡ về các nhân vật của mình, vì họ đều là người thật việc thật—một giám đốc điều hành cao cấp. Tôi sẵn lòng thuê ai đó giúp mình viết bản thảo và sẽ trả giá mức cao nhất.” Bác ta nhìn chằm chằm vào Goldilocks.

Vẻ mặt của Gấu Baby tỏ ra căng thẳng. "Nếu ... có ai đó thích thú làm việc với Heo Little, thì có thể gặp bác ấy sau lớp học. Còn bây giờ, tôi muốn tập trung vào phát triển nhân vật hư cấu. Có ai tình nguyện không?"

Bà Hubbard nói, "Tôi rất muốn nghe tiếp câu chuyện mà Goldilocks đang viết. Nó thật là tuyệt vời."

Những tiếng đồng ý rộ lên trong căn phòng.

"Goldilocks, có vẻ như bạn được đề cử rồi. Hãy lên ghế nóng nào," Gấu Baby nói.

Goldilocks cảm thấy hơi tái mặt, nhưng cô vẫn bước lên và ngồi xuống ghế. Cô tự hỏi hôm nay tóc tai của mình liệu có ổn hay không.

"Hãy kể tôi nghe thêm về người hùng trong câu chuyện của bạn, Dirk Steele," Gấu Baby nói. "Anh ta đã và đang làm một nhiệm vụ rất dũng cảm, là nhảy dù vào lãnh thổ của quân phát xít, với mục tiêu làm nổ tung một vị trí chắc chắn được canh phòng nghiêm ngặt. Tại sao anh ta lại làm điều đó?"

"Tôi—" Goldilocks không muốn nói rằng mình đã không biết. Cô đã thực sự không chú tâm về động lực của Dirk. "À, có thể là anh ấy rất ghét quân phát xít."

"Những năm 1944, mọi người Mỹ đều ghét quân phát xít," Gấu Baby nói. "Nhưng Dirk là người duy nhất dám nhảy dù vào một ngôi làng của Pháp giữa đêm tối, với chiếc túi lúc nhúc thuốc nổ. Anh ta có thể mất mạng. Vậy lý do gì khiến anh ta tình nguyện tham gia nhiệm vụ nguy hiểm này đến vậy?"

Goldilocks bắt đầu nói không cần suy nghĩ. Cô dành suốt 10 phút để giải thích về cách mà Dirk sinh ra và lớn lên ở một khu vực phức tạp tại quận Bronx, New York.

Hồi nhỏ anh ấy rất còi cọc nên thường bị những đứa trẻ to béo hơn bắt nạt. Anh ấy đã học cách để trở nên cứng cáp và chống trả, nên khi trưởng thành, anh rất to khỏe, và không e ngại bất cứ ai.

Người bạn thân nhất của Dirk là một cậu bé người Do Thái tên là Benny. Chú của Benny sống ở Đức và cửa tiệm của chú ấy đã bị phá hoại bởi quân phát xít trong sự kiện Đêm Pha Lê[7]. Benny không biết liệu chú ấy còn sống hay không. Dirk tình nguyện tham gia vào nhiệm vụ này vì anh biết rằng có hàng triệu người cũng lâm vào tình cảnh giống như chú của Benny ở châu Âu. Anh muốn đóng góp một phần để chống lại quân phát xít bắt nạt. Dirk không sợ bất cứ ai.

Gấu Baby hỏi về gia đình của Dirk.

Goldilocks giải thích rằng anh ấy vẫn độc thân và có một vài anh em trai.

Gấu Baby nói, “Thế còn bạn gái thì sao? Một thanh niên to cao đẹp trai như Dirk chắc hẳn cũng phải có ít nhất một cô bạn gái phải chứ?"“

Goldilocks chưa bao giờ nghĩ về điều đó, nên cô đã bịa ra thêm. “À, có, nhưng họ đã chia tay một tháng trước nhiệm vụ, bởi vì Dirk, ừm, đã đánh nhau trong một quán bar với một vài tay thủy thủ, và một trong số đó chính là ... anh trai của cô ta.”

Gấu Baby lắc đầu. “Dirk đang chuẩn bị cho một nhiệm vụ quan trọng, mà lại đi đánh nhau ở quán bar một tháng trước đó ư? Anh ta có vẻ không được sáng suốt lắm nhỉ?”

---

[7] Còn gọi là Kristallnacht, một cuộc bạo động chống lại người Do Thái trên toàn Đức Quốc Xã và Áo diễn ra vào ngày 9 và 10 tháng 11 năm 1938

"Anh ấy rất trung thành!" Goldilocks nói. "Do đám thủy thủ đã bắt nạt Benny, nên Dirk đã buộc phải tiễn chúng vào viện."

Gấu Baby nói, "Dirk có vẻ yêu công lý và thích bảo vệ mọi người nhỉ?"

"Đúng rồi, anh ấy rất thích điều đó."

"Thế rồi khi tiếp đất, anh ấy đã gãy chân và được một người phụ nữ bảo vệ. Anh ta sẽ cảm thấy thế nào?"

Goldilocks dành một vài giây suy nghĩ và chia sẻ ý tưởng về những mâu thuẫn trong nội tâm của Dirk, và sự khó chịu của anh ta sau vài ngày quanh quẩn trong căn hầm. "Và ... đó là lý do anh ta có mặt ở trong phòng khách khi Henri tới tán tỉnh Elise!"

"A, hay quá!" Gấu Baby thốt lên.

Goldilocks dựa vào lưng ghế và nghĩ rằng cô ấy đã xử lý mọi tình huống rất tốt. Phương pháp Hoa Tuyết này buộc cô phải nghĩ về những thứ mà cô chưa từng nghĩ, nhưng cô cũng cảm thấy nó lấp đi những khoảng trống trong câu chuyện của cô khá tốt. Cứ mỗi khi Gấu Baby đặt câu hỏi, cô đều dễ dàng đưa ra ngay ý tưởng. Cô cảm thấy rất hài lòng vì tài năng của mình.

"Bây giờ hãy kể tôi nghe về Henri," Gấu Baby nói.

Goldilocks nhún vai. "Cũng không có gì nhiều. Hắn ta là kẻ phản diện. Hắn ta tán tỉnh Elise và dọa rằng hắn sẽ nộp con gái cô cho quân phát xít nếu như cô ấy không ... Anh hiểu mà." Cô không chắc Gấu Baby đủ tuổi để biết về chuyện nam nữ ngủ chung. Nhưng rõ ràng, chú ta là một con gấu non trẻ và ngây thơ.

"Henri như thể rất xấu xa," Gấu Baby nói.

"Chúng ta có thể trao đổi về Elise và Monique được không?" Goldilocks nói. "Tôi nghĩ là về Henri thế là đủ rồi. Tôi đã bảo anh rồi, hắn ta không quan trọng."

"Nhưng anh ta là nhân vật phản diện, ít nhất là khúc đầu chuyện," Gấu Baby nói.

Goldilocks lắc đầu. "Kẻ phản diện không quan trọng. Tôi không thích Henri, và tôi nghĩ thật là phí thì giờ khi bàn về hắn ta. Đằng nào thì hắn ta cũng sẽ bị giết ngay hồi đầu tiên."

"Nhân vật phản diện cực kỳ quan trọng," Gấu Baby nói. "Bố tôi đã xuất bản một cuốn truyện nổi tiếng nhiều năm về trước, tập trung vào nhân vật phản diện. Nó dựa trên một câu chuyện có thật. Khi tôi còn bé, đã có một đứa trẻ loài người xông vào nhà chúng tôi. Cô ta đã ăn nồi cháo, phá đồ đạc, rồi còn ngủ trên giường của tôi. Khi chúng tôi về nhà, cô ta chống cự và trốn thoát. Thật là một con người xấu xa, nhưng chính điều đó đã làm nên sức mạnh của câu chuyện."

Goldilocks cảm thấy nóng mặt đến mức phải đưa tay lên quạt. "Điều đó ... thật là khủng khiếp. Nhưng nếu như anh biết rõ về tình huống mà cô bé gặp phải, thì có lẽ anh sẽ thông cảm cho cô ấy hơn. Có thể là cô bé đã có một tuổi thơ dữ dội, đang đi lạc, hoặc đang rất đói, hoặc là sợ lũ gấu. Có đủ lý do giải thích cho những thứ mà cô ấy đã làm."

Gấu Baby cau mày. "Hừm, cô ta đáng ra phải đi tù."

Mặt của Goldilocks đỏ bừng, và cô muốn chạy trốn, nhưng làm như thế chẳng khác nào thú tội. Cô ấy không thể nào chịu được cảnh những học viên khác sẽ nghĩ gì về mình. "Tôi không nghĩ rằng Gấu Papa đối xử tốt với nhân vật phản diện trong sách của mình. Gấu Papa nên suy nghĩ sâu sắc hơn về động cơ của cô bé. Anh có nghĩ vậy không?"

"À vâng, đúng rồi. Tôi chắc chắn là ông ta phải làm như thế," Gấu Baby trả lời cụt lủn. "Nhưng ít nhất thì Gấu Papa đã không cho nhân vật phản diện của mình chết ngay từ đầu. Nếu bạn đối xử nhẹ nhàng với kẻ ác trong đời thực như vậy, thì bạn có sẵn lòng dành nhiều tâm sức hơn cho kẻ ác trong câu chuyện của mình."

"Tất nhiên rồi, đó là những gì tôi đang nghĩ và cũng đang định nói như vậy," Goldilocks nhận ra mình đang nói lắp bắp.

"Được rồi, vậy thì tôi muốn bạn hãy đối xử với nhân vật phản diện với sự tôn trọng tương tự như bạn đối xử với người hùng," Gấu Baby nói. "Điều đó sẽ làm cho câu chuyện của bạn chặt chẽ hơn. Hiện tại thì nó đang hơi lỏng lẻo."

"Lỏng lẻo ư?" Goldilocks nói, con tim cô bắt đầu loạn nhịp. Không thể nào, mọi người đã nói câu chuyện của cô rất tuyệt vời. "Ý anh là sao?"

"Sức mạnh của câu chuyện được tạo ra bởi sức mạnh của nhân vật phản diện," Gấu Baby nói. "Nhân vật phản diện càng mạnh mẽ, câu chuyện càng chặt chẽ. Nhân vật phản diện càng yếu đuối, câu chuyện càng lỏng lẻo. Hiện tại, nhân vật phản diện trong câu chuyện của bạn rất yếu đuối."

"Nhưng kẻ phản diện lớn nhất của tôi là quân phát xít," Goldilocks nói.

"Điều đó chẳng có nghĩa lý gì cả. Quân phát xít rất trừu tượng. Tôi không thể hình dung ra được một triệu quân phát xít, nhưng tôi có thể hình dung rõ ràng một nhân vật đầu hói béo ú người Pháp, hợp tác với quân phát xít, và muốn đưa nữ chính lên giường. Nhưng hiện tại, anh ta rất nhàm chán, yếu đuối. Bạn đã làm cho anh ta kém hấp dẫn và ngu ngốc đến mức để cho mình bị giết ngay ở hồi đầu tiên."

Goldilocks chẳng biết nói gì hơn. "Nhưng anh nói là câu chuyện đã rất tốt mà."

"Nó tốt với nữ chính. Vì nó khiến cô ấy phải cam kết đi tới hết chuyện. Nhưng sự kịch tính của câu chuyện sẽ bị giảm sau khi nhân vật phản diện biến mất."

"Nếu điều đó tệ hại, thì tại sao anh không nói ngay từ đầu?"

Gấu Baby mỉm cười. "Bởi vì nó không phải là tệ hại. Câu chuyện của bạn có rất nhiều điều hay, chỉ là nhân vật phản diện hơi yếu đuối nhạt nhòa. Và giờ là lúc chúng ta làm anh ta trở nên mạnh mẽ ấn tượng hơn."

"Nhưng ... làm thế nào? Tôi phải làm gì đây?"

"Tôi muốn bạn hãy đặt mình vào vai của Henri," Gấu Baby nói. "Từ đó, khám phá xem điều gì sẽ tạo ra sự khác biệt của anh ấy. Ai cũng có một câu chuyện bí mật mà chẳng ai biết. Tôi muốn biết bí mật của Henri. Tôi muốn hiểu tại sao anh ta lại làm những thứ anh ta làm. Vì thế, hãy kể cho tôi câu chuyện của Henri, câu chuyện mà trong đó anh ấy là người hùng. Và khi bạn xong bước này, chúng ta sẽ quay lại, sửa các bước trước đó."

"Nhưng mà tôi đã dành quá nhiều thời gian để thiết kế câu chuyện rồi!" Goldilocks nói.

Gấu Baby tỏ ra chán nản. "Hãy nhắm mắt lại và hình dung bạn là Henri. Vào những năm 1944, bạn đang ở độ tuổi trung niên. Do vậy, hẳn là bạn được sinh ra và khoảng năm 1900, trong một ngôi làng nhỏ ở Pháp. Hãy kể cho tôi câu chuyện bí mật của bạn."

"Được rồi—" Goldilocks cảm thấy những ý tưởng trong tâm trí mình đang chạy đua. "Tôi là một cậu bé lùn tịt, mũm mĩm, luôn bị những đứa trẻ khác trêu chọc. Khi tôi lớn lên, tôi chẳng bao giờ cao lớn như Dirk, nên tôi phải sử dụng não của mình. Tôi đã học cách để khiến chính những kẻ thù của mình phải đối đầu với nhau."

"Hãy cho tôi một ví dụ, giải thích tại sao bạn có thể làm được điều đó," Gấu Baby nói.

"Thời trung học, có hai tên to cao, đẹp trai và nổi tiếng ở trường đã rất hay trêu chọc tôi," Goldilocks nói. "Charles và Michael. Tôi đã gửi cho Charles một lá thư tình và ký tên dưới danh nghĩa bạn gái của Michael. Charles nghĩ nó là thật và cố gắng tán tỉnh cô ta. Khi Michael nhận ra điều đó, họ đã đánh nhau to. Michael đã bị chột mất một mắt và Charles thì bị buộc phải rời thị trấn và tham gia quân đội."

"Bạn có tham gia chiến tranh thế giới lần thứ nhất không?" Gấu Baby hỏi.

"Tôi đã ghi danh ngay khi đủ tuổi, nhưng vì mắt kém nên không thể nào bắn được. Tôi đã phải làm đầu bếp. Tôi luôn cảm thấy thật xấu hổ vì mình không thể chiến đấu cho đất nước của mình."

"Vậy điều gì xảy ra sau cuộc chiến?" Gấu Baby hỏi. "Lúc đó mọi thứ trở nên rất tồi tệ, phải không nào?"

Goldilocks gật đầu. "Đúng rồi, lúc đó có dịch cúm Tây Ban Nha và cũng là một khoảng thời gian kinh tế xuống dốc khủng khiếp. Tôi chỉ tìm được một việc làm sổ sách cho một tổ chức tội phạm."

Sau đó, Goldilocks đã kể một câu chuyện dài về Henri, một người đã vất vả kiếm sống sau thời hậu chiến ở Pháp. Anh đã cưới một phụ nữ xấu xí vì lỡ làm cô ta mang bầu, và họ đã sống qua cuộc đại khủng hoảng. Cuối cùng, anh mất cả vợ lẫn con sau một tai nạn xe hơi. Đồng thời, anh cũng tạo ra rất nhiều kẻ thù, chính là những người bình thường trong thị trấn, nhưng lại ghét đám tội phạm mà Henri đang làm việc cho chúng.

"Sau đó, quân phát xít tới, tôi nhận ra không có cách nào để đánh lại chúng. Quân kháng chiến thì có vẻ vô tổ chức và rất liều lĩnh. Thế nên, tôi buộc phải làm những điều mà quân phát xít yêu cầu, nếu không họ sẽ giết tôi. Tất cả mọi người trong thị trấn đều căm ghét tôi, nhưng có một người không bao giờ coi thường tôi."

"Và đó là ai vậy?" Gấu Baby hỏi.

"Đó là cô bé Monique, con gái của Elise."

"Monique đã làm gì mà khiến anh cảm thấy đặc biệt đến thế?" Gấu Baby hỏi.

"Cô bé đã mua hoa tặng tôi và để chúng ở thềm cửa mỗi sáng." Goldilocks vẫn nhắm mắt, và cô ấy có thể tưởng tượng ra cảnh Monique bé nhỏ lén lút tới thềm cửa nhà Henri mỗi sáng sớm, để lại một bó hoa hồng. "Và cô ấy cười với tôi. Chưa ai từng cười với tôi cả. Tôi nghĩ rằng Elise, mẹ cô ấy, phải là một người phụ nữ rất tử tế nên mới có được một cô con gái tuyệt vời như vậy."

"Liệu anh có bao giờ sẽ làm tổn thương Monique hay không?" Gấu Baby hỏi.

"Tôi ... thà chết còn hơn."

Goldilocks run rẩy và mở mắt. Cô nhận ra mình đã khóc. Có một vài khoảnh khắc cô cảm thấy như thể mình chính là Henri. Đó là một cảm giác rất mâu thuẫn, bởi vì Henri là kẻ phản diện. Cô đã nghĩ mình căm ghét anh ta. Nhưng bây giờ thì cô đã cảm thấy yêu quý anh ta hơn một chút từ trong trái tim. Cô vừa yêu vừa ghét anh ta đồng thời. Cô biết cảm giác này chẳng có nghĩa lý gì cả, nhưng thực sự nó là cảm xúc thật.

Gấu Baby nhìn vào đồng hồ. "Cũng tới giờ ăn trưa rồi, có ai đó có bình luận cuối cùng nào thêm, trước khi chúng ta nghỉ không?"

Heo Little hậm hực rõ to. "Tôi nghĩ cô đã phá hỏng kẻ phản diện của mình rồi, Goldilocks ạ. Giờ đây hắn đã trở thành một kẻ nhạy cảm ngu ngốc và thiếu sức sống. Nhưng đừng tin lời tôi. Hãy đi ăn trưa với Sói Big Bad, và xem anh ta sẽ cười nhạo cô thế nào và nói rằng Henri là kẻ phản diện tồi tệ nhất trong lịch sử tiểu thuyết."

Tiếng chuông báo nghỉ trưa vang lên.

Tất cả học viên đứng dậy, lục tục kéo nhau ra ngoài.

Goldilocks vẫn ngồi trên ghế với đôi mắt nhắm lại, cô hy vọng sẽ hỏi ý kiến của Gấu Baby sau khi mọi người đã ra ngoài hết.

Nhưng khi tiếng huyên náo kết thúc, cô mở mắt ra thì căn phòng đã trống không.

Và bây giờ cô ấy sẽ phải đối mặt với Sói Big Bad và kể cho anh ta nghe về kẻ phản diện nhạt nhẽo, ngốc nghếch và mẫn cảm của mình. Đây có thể sẽ trở thành ngày tồi tệ nhất trong cuộc đời cô ấy.

Chương 9
THẢM HỌA THỨ HAI VÀ LÝ TƯỞNG ĐẠO ĐỨC

Goldilocks hướng về phía căng tin, cô hy vọng tìm được một góc yên tĩnh để ăn trưa mà không bị Sói Big Bad để ý.

Nhưng khi cô vừa tiến đến cửa căng tin, thì nhận ra có ai đó vỗ vai mình.

"Ôi trời!" cô giật mình quay lại.

Sói Big Bad đứng đó và cười nhe răng với cô. "Tôi tìm cô suốt đấy, Goldilocks à. Hãy đi ăn trưa nào, tôi sắp chết đói rồi đây."

"B-bữa trưa?" Goldilocks muốn nói rằng cô ấy thích ăn ở căng tin hơn, và chẳng muốn đi đâu cả với một kẻ sát nhân. Nhưng điều gì đó khiến cô không thốt lên lời.

"Ở nhà hàng thịt nướng Barbie," Sói Big Bad nói. "Cô đã quên rồi sao. Chúng ta có chỗ đặt trước và chỉ còn 15 phút nữa thôi, bây giờ phải nhanh lên."

"Đ-được rồi."

Goldilocks ngoan ngoãn theo sau Sói Big Bad, đi qua đám đông đang ăn trưa, ra hành lang, băng qua quán cà phê, tiến thẳng vào bãi xe. Dù Goldilocks cảm thấy chột dạ, nhưng cô vẫn bước vào trong xe. Đó là một chiếc Lincoln đen bóng với nội thất da và điều hòa mát rượi.

Sói Big Bad đưa Goldilocks điện thoại và nhờ cô định hướng trên bản đồ. Mồ hôi vã ra khiến toàn thân cô lạnh toát. Cô đã thực sự làm điều đó. Cô đang trên một chiếc xe đi xa khỏi hội thảo, với một người hoàn toàn lạ lẫm, một kẻ sát nhân bị kết án. Một con sói đã từng nói về việc ăn thịt người ta theo một cách hết sức thản nhiên.

Tại sao lại thế nhỉ? Chỉ vì anh ta là đại diện văn học có tiếng? Hay vì cô quá lịch sự để rút lời? Vì cô ngại từ chối? Sao cô không thể quả quyết hơn một chút nhỉ?

Goldilocks kín đáo sờ tay vào túi xách của mình để cảm nhận lọ xịt hơi cay trong đó. Mới cách đây vài tuần, cô đã tham gia một khóa huấn luyện để lường trước những chuyện thế này có thể xảy ra. Nếu anh ta giở trò, ngay lập tức cô sẽ xịt hơi cay và gào lên kêu cứu.

Trong suốt chuyến đi, Sói Big Bad không ngớt phàn nàn về một tay biên tập đã liên hệ anh ta lúc giờ nghỉ, đàm phán lại về thỏa thuận không cạnh tranh cho một tác giả đang hợp tác với hai nhà xuất bản khác nhau, và đồng thời cũng tự làm. Anh ta tỏ ra rất tức giận và đã nhe nanh khi nói về một vài biên tập chẳng có giá trị gì, mà nếu có làm thịt họ thì phải nhai tới 3 giờ đồng hồ!

Họ càng lái xe, Goldilocks lại càng cảm thấy đáng sợ. Cô cảm giác Heo Little đã nói đúng. Sói Big Bad là một nhân vật hung hăng, cộc cằn và nguy hiểm. Anh ta có thể hỏi về nhân vật của cô, rồi cô kể rằng mình đã biến kẻ phản diện Henri trở thành một tên nhát gan.

Liệu cô ấy có thể biến Henri trở lại thành kẻ xấu xa đơn thuần như ban đầu?

Không, không thể nữa rồi. Gấu Baby đã đúng. Những kẻ phản diện vĩ đại cần phải có chiều sâu. Và cô đã tạo ra một Henri rất sâu sắc, cô sẽ không đưa anh ta trở về như cũ nữa.

Liệu cô có nên bẻ cong sự thật một chút, và nói những điều mà Sói Big Bad muốn nghe?

Không, tuyệt đối không. Sói Big Bad chắc chắn sẽ phát khùng lên nếu anh ta chọn cô làm khách hàng và sau đó phát hiện ra mình đã bị lừa dối.

Anh ta chắc chắn sẽ không thích kẻ phản diện của cô, mà cô vẫn phải kể cho anh ta. Đó sẽ là lần đầu trong đời mà Goldilocks phải chiến đấu cho chính bản thân mình. Cô thích sự tiến hóa của nhân vật phản diện ấy, nhưng có thể Sói Big Bad sẽ không thích, và quyết định sẽ không làm đại diện cho cô nữa.

"Có phải nó kia không?" Goldilocks chỉ tay vào một nhà hàng thịt nướng, trông thật là nguy nga lộng lẫy. "Thế mà sao anh nói nó như một cái hốc tường?"

Sói Big Bad cười nhe hết cả hàm răng. "Tôi không muốn cô bị thất vọng. Nó được người ta đánh giá cao, nên tôi cũng có kỳ vọng. Và bữa trưa này tôi khao, tất nhiên—tính vào công tác phí."

Goldilocks không biết mình nên nói gì. "Cảm ơn anh." Trong thâm tâm, cô biết rằng Sói Big Bad có thể sẽ căm ghét cô nếu anh ta phát hiện ra rằng mình đã trả bữa trưa cho một khách hàng không phù hợp.

5 phút sau, họ đã yên vị trong nhà hàng. Sói Big Bad đã gọi món sườn heo. "Càng tái càng tốt," anh ta nói với bồi bàn.

"Còn tôi thì càng chín càng tốt," Goldilocks nói.

Khi người bồi bàn đi khuất, Sói Big Bad quan sát Goldilocks chăm chú. "Gấu Baby đã nhắn tôi rằng ở trên lớp, nhân vật của cô đã có sự tiến triển, hãy cập nhật cho tôi xem nào. Tôi thích câu chuyện của cô, nhưng điều quan trọng với biên tập viên đó là các nhân vật."

Trái tim của Goldilocks đập thình thịch. "Tôi không biết phải bắt đầu từ đâu."

"Hãy bắt đầu từ nữ chính của cô."

"À, chúng tôi đã chưa bàn nhiều về Elise—"

"Tốt lắm, không sao cả. Có thể cô đã dành hẳn 10 năm để suy nghĩ về Elise rồi. Tôi đoán là cô ta rất giống cô, nên cô như đi guốc trong bụng cô ta vậy."

Goldilocks gật đầu. "Sau đó, chúng tôi đã bàn về nam chính Dirk Steele."

Sói Big Bad gật đầu. "Điều làm anh ta e sợ nhất là gì?"

"Anh ấy chẳng sợ gì cả."

"Ai cũng sợ một điều gì đó thôi."

"Thế anh sợ điều gì?"

Anh sói đã choáng váng một vài giây, ánh mắt lộ rõ vẻ ám ảnh. Cuối cùng, anh lắc đầu và ném cho cô một nụ cười tinh quái. "Cô được lắm, nhưng mà hãy tập trung vào tiểu thuyết của cô. Tôi muốn nghe về Dirk. Anh ấy sợ điều gì?"

Goldilocks dành một vài phút và sáng tạo ra một câu chuyện về cách mà Dirk đã bị cắn bởi một con chuột khi còn nhỏ, nên bây giờ anh ấy sợ chuột.

Sói Big Bad không nói gì mấy.

Goldilocks nghĩ rằng Sói Big Bad đang thất vọng, nhưng nói thật là đọc cảm xúc của loài sói khó hơn của loài người rất nhiều.

Người bồi bàn bày thức ăn ra, và họ bắt đầu nhập tiệc.

Xem ra Sói Big Bad rất lịch thiệp. Goldilocks đã cho rằng cách ăn của anh ta sẽ giống một con chó nhai nhồm nhoàm, nhưng ngạc nhiên thay, những cử chỉ của anh sói lại chính xác và tỉ mỉ như một quý tộc ở Boston. Anh ta hỏi Goldilocks về mục tiêu cá nhân.

"Tôi chỉ ... muốn trở thành một tiểu thuyết gia có sách bán chạy. Tôi muốn được nổi tiếng."

Sói Big Bad gật đầu. "Nghe giống như giai điệu chính của bộ phim nhạc kịch Fame[8]."

Goldilocks cảm thấy má mình đỏ bừng. "Tôi thật là nông cạn phải không?"

"Không, không đâu," Sói Big Bad nói. "Hầu hết mọi người đều có tham vọng quyền lực, tiền bạc, tình yêu hoặc danh vọng. Cá nhân tôi thì là danh vọng. 10 năm nữa kể từ thời điểm này, tôi muốn mọi người đều ca ngợi tôi là một nhà đại diện văn học vĩ đại nhất thế giới."

---

[8] Một bộ phim nổi tiếng về cuộc sống của các học sinh trường nghệ thuật cao cấp ở New York, nơi họ phải đối mặt với áp lực, cạnh tranh để theo đuổi đam mê và thành công trong ngành giải trí.

"Anh sẽ làm được," Goldilocks nói. "Điều gì có thể cản trở anh cơ chứ?"

Chợt Sói Big Bad tỏ ra buồn bã vô cùng, khiến Goldilocks muốn khóc. Cô hỏi, "Có chuyện gì sao?"

Sói Big Bad lắc đầu nguầy nguậy. "Chúng ta lại lạc đề rồi. Hãy kể về kẻ phản diện của cô đi, cái người đàn ông Henri này. Nét đặc sắc của hắn ta là gì?"

Cô cảm thấy hơi chóng mặt, Sói Big Bad có thể sẽ không thích những gì cô sắp nói. Cô tự nhắc bản thân mình rằng nó là vấn đề của anh ta, và bắt đầu kể chuyện về quá khứ u tối của Henri. Sự tủi nhục khi bị bắt nạt ở trường, sự thất vọng khi không được trở thành một người lính thực sự trong thế chiến; rồi về người vợ và đứa con quá cố, sự trống trải sau cái chết của họ; sự xấu hổ của anh ta khi hợp tác với quân phát xít và sự cô độc khi bị mọi người xa lánh. Tiếp đến là tình yêu lớn mà anh ta dành cho con gái của Elise, Monique, người duy nhất đối xử với anh như là một người bình thường.

Trong suốt quá trình kể chuyện, Goldilocks không dám đối mặt với Sói Big Bad, mà chỉ dám nhìn đĩa thức ăn. Khi cô kể xong, đã có một khoảng lặng đáng sợ.

Goldilocks nhìn lên Sói Big Bad.

Anh ta đang cau có.

"Có vấn đề gì sao?" Goldilocks cảm thấy không thể thở nổi. Heo Little đã đúng. Anh sói rất ghét điều này.

"Việc này sẽ thay đổi hoàn toàn câu chuyện ban đầu," Sói Big Bad nói. "Cô hiểu chứ?"

Goldilocks cảm thấy trống tim mình đập tùng tùng. "Nếu anh không thích điều đó, thì tôi rất tiếc là đã làm lãng phí thời gian của anh. Nhưng trái tim tôi mách bảo rằng đây là một hướng đi đúng và tôi sẽ không—" Cô hít một hơi thật sâu. "Tôi sẽ không thay đổi."

Sói Big Bad nheo mắt lại.

Goldilocks cảm thấy muốn chết. "Tôi có thể lý giải lý do tại sao, trước khi bị từ chối không? Gấu Baby bảo tôi phải nhập tâm vào Henri. Tôi đã tự hỏi bản thân làm sao có thể nhìn vào gương mỗi sáng, mà không tự bắn vào đầu mình. Và tôi nhận ra tất cả mọi người, kể cả những kẻ phản diện tồi tệ nhất, đều nhìn nhận bản thân mình như là người hùng trong câu chuyện của họ. Ngày xưa tôi cũng đã từng như vậy, nên tôi thấy rằng bản thân Henri có nhiều khía cạnh sâu sắc hơn là một kẻ xấu xa. Gấu Baby đã đúng, và tôi đã sai. Đừng cố thay đổi quyết định của tôi. Và tôi ... tôi sẽ trả tiền bữa trưa này."

Từ khoé mắt của Sói Big Bad, nước chảy ra như suối.

Goldilocks sửng sốt tới mức không biết nghĩ gì nữa.

"Tôi thích điều cô đã làm với Henri," Sói Big Bad nói, tay lau nước mắt. "Cô không thể biết được cảm giác khi là kẻ phản diện, và ai cũng căm ghét mình đâu."

Goldilocks có thể hình dung được. Cô đã rất may mắn khi không ai biết danh tính thật sự của cô bé bí ẩn trong tiểu thuyết của Gấu Papa. Cô đặt tay của mình lên bàn tay của Sói Big Bad và nhẹ nhàng vỗ về. "Tôi đoán ... là mình ít khi xem thời sự," Goldilocks nói. "Nhưng có vẻ như anh đã bị buộc tội ... giết người?"

"Tận hai nạn nhân," Sói Big Bad nói. "Nhiều năm về trước. Nhưng tôi đã không làm, tôi đã cố thanh minh với mọi người mà không được. Chú của tôi là một kẻ giết người đáng sợ. Chắc hẳn cô đã nghe câu chuyện về bà ngoại của cô bé quàng khăn đỏ?"

"Ôi trời đất!" Goldilocks đã được nghe câu chuyện ấy từ nhỏ, và rất ấn tượng con sói đã ăn mất bà ngoại của cô bé quàng khăn đỏ. Tới giờ nhắc tới, cô còn cảm thấy nổi da gà, nên chẳng còn biết nói gì.

"10 năm trước, tôi đã bị buộc tội giết hai con heo nhỏ," Sói Big Bad nói. "Chuyện xảy ra khi tôi đang ngủ ở nhà. Bằng một cách nào đó, tôi đã nằm trên giường li bì suốt 24 tiếng, gần như là bất tỉnh. Tôi không thể nào thanh minh được vì người ta tìm thấy dấu chân sói ở hiện trường, và chúng hoàn toàn khớp với tôi. Thế nên, tôi đã bị kết án và phải đi tù."

Goldilocks tự nhiên lại nhớ lại cô cũng đã từng nghe chuyện đó ở đâu đấy. Nhưng hồi ấy, cô đang bận bù đầu với việc học đại học, nên chuyện một con sói xấu xa thảm sát hai con heo nhỏ là quá xa xôi, không đáng quan tâm.

Sói Big Bad nhìn cô với đôi mắt mở to đầy bi ai.

Goldilocks muốn khóc. "Và anh đã không bao giờ thoát khỏi điều đó."

Sói Big Bad lắc đầu. "Vâng. Tôi đã bị vu oan chỉ vì gia cảnh của mình, với một ông chú tai tiếng mà lại trùng tên với tôi. Quan tòa đã vì thế mà tin rằng tôi có tội. Tôi đã có một tên luật sư vô dụng, và chẳng có bằng chứng ngoại phạm, thế nên tôi không bao giờ có cơ hội thanh minh."

Goldilocks tin anh ta. Cô không thể giải thích được tại sao, nhưng cô cảm giác Sói Big Bad đã bị vu khống.

"Gấu Baby nghĩ rằng tôi đã cải tà quy chánh," Sói Big Bad nói. "Nhưng thật ra, chú ta đã sai, bởi vì ngay từ đầu tôi đã chẳng giết ai cả."

"Tôi tin anh," Goldilocks nói. "Cách nói chuyện của anh có thể cộc cằn và hay đề cập đến những thứ đáng sợ, nhưng tôi nghĩ đó chỉ là vẻ bề ngoài. Trong anh thực sự là một người tốt bụng và lịch lãm."

Sói Big Bad gầm gừ, nhe cả hàm răng. "Cô đừng dại mà tiết lộ với ai đấy, nếu không thì mấy tay biên tập sẽ hết sợ tôi mất."

Goldilocks cười lớn.

"Được rồi, quay lại cuốn tiểu thuyết," Sói Big Bad nói. "Cô đã làm cho kẻ phản diện hoàn toàn lột xác. Điều đó sẽ tạo ra một hệ quả lớn đấy."

"Heo Little kêu tôi đã phá hỏng câu chuyện của mình," Goldilocks nói.

Sói Big Bad khịt mũi. "Vớ vẩn. Hãy mặc kệ tên óc bã đậu đó đi. Hắn ta chẳng biết gì về tiểu thuyết. Cô sẽ thay đổi câu chuyện và nó sẽ trở nên tốt hơn rất nhiều. Nhưng bây giờ cô sẽ phải suy xét lại mọi thứ."

"Vậy là ... anh vẫn còn hứng thú với tôi sao?" Goldilocks không thể tin nổi. "Sao trông anh giận dữ khi tôi đề cập đến sự thay đổi ở Henri như thế?"

Sói Big Bad cười toe toét, đổ người về phía trước. "Hy vọng là tôi đã không làm cô sợ hãi, nhưng tôi muốn biết gan của cô lớn đến đâu. Tôi thích một nhà văn có chính kiến, và thành thật với câu chuyện của mình."

"T-thật sao?" Goldilocks nhìn anh ta chăm chú. "Nhưng tôi tưởng anh thích ... anh biết đấy, những kẻ phản diện mạnh mẽ."

"Ồ, đúng, đúng rồi," Sói Big Bad nói. "Và Henri hóa ra mạnh mẽ hơn tôi tưởng. Theo cách nói của cô hôm qua, hắn ta chỉ là một tên phản diện nhạt nhẽo. Hắn xấu xa bởi vì đơn giản là hắn thích trở thành người xấu."

"Nhưng hôm qua anh đã chẳng nói gì cả."

"Đó là lý do tôi mời cô ăn trưa để thảo luận về vấn đề tôi đã nhìn thấy. Nhưng có vẻ như cô đã đưa câu chuyện đi đúng hướng. Bây giờ hãy kể cho tôi nghe về những giá trị của Henri."

"Không gì quan trọng hơn là được sống. Và cũng không gì quan trọng hơn là danh dự."

"Danh dự?" Sói Big Bad nói. "Về danh dự, đấy là một giá trị rất lớn trong loài sói. Thực tế, với một con sói, chẳng gì quan trọng hơn là danh dự. Đây là giá trị bản sắc của tộc sói chúng tôi, nhưng có vẻ không phổ biến lắm ở loài người."

"Ồ, nếu anh từng đọc cuốn sách Bố Già, anh sẽ biết rằng một vài người coi danh dự là giá trị quan trọng hàng đầu đấy," Goldilocks nói.

Một nét ngạc nhiên xẹt ngang qua mặt của Sói Big Bad. "Cô đã đọc cuốn Bố Già ư?"

"Nó là ... một trong những cuốn gối đầu giường của tôi," Goldilocks đỏ mặt. "Tôi đoán việc đọc nó khiến tôi trở nên xấu xa?"

"Đó cũng là một trong những cuốn sách tôi yêu thích nhất," Sói Big Bad nghiêng người về phía trước và chăm chú nhìn Goldilocks. "Cô thích sách Bố Già ở điểm nào?"

"Tôi luôn ngưỡng mộ Mario Puzo vì đã tạo ra một nhân vật hấp dẫn, người vừa ác lại vừa thiện. Anh ta đã giúp đỡ những góa phụ nghèo mà không cần họ trả ơn. Anh sửa chữa những điều sai trái mình đã làm với quân của mình. Anh giúp những đứa con trai trong cộng đồng của mình tránh bị nhập ngũ, miễn là họ tôn trọng anh ấy. Về cơ bản, gia tài của anh ấy chính là danh dự. Không có danh dự, anh ấy chẳng là gì cả."

"Điều đó thúc đẩy diễn biến của câu chuyện khi người con trai trưởng đã không tôn trọng anh ta." Sói Big Bad hỏi. "Vậy danh dự sẽ thúc đẩy Henri như thế nào trong câu chuyện của cô?"

"Anh ấy đã bị mất danh dự cả đời rồi, từ khi là đứa trẻ ở trường hay trong quân đội. Sau Thế chiến, người dân đã tẩy chay anh vì đã làm việc cho lũ tội phạm. Rồi khi quân phát xít chiếm đóng Pháp, anh ấy đã hợp tác với chúng chỉ vì nỗi sợ, nhưng mà chúng đã không tôn trọng anh vì anh là kẻ phản bội. Cả cuộc đời Henri đã bị coi thường bởi tất cả mọi người vì tỏ ra yếu đuối, nhưng anh ấy nghĩ rằng mình mạnh mẽ hơn nhiều."

"Vậy tham vọng của anh ta là gì?" Sói Big Bad hỏi.

"Anh ta muốn được tôn trọng, muốn trở thành một người đàn ông của danh dự," Goldilocks trả lời.

"Tốt lắm, nó đủ trừu tượng đấy," Sói Big Bad nói. "Tham vọng như vậy là tốt. Bây giờ cô sẽ biến nó thành mục tiêu cụ thể như thế nào? Trở thành một người đàn ông của danh dự là thế nào với anh ta?"

"Anh tuyệt đối muốn làm điều gì đó vĩ đại, cao quý, một điều gì đó đáng nhớ, và sẽ chuộc lỗi cho quá khứ phản bội của anh," Goldilocks trả lời.

"Tất cả những thứ đó đều rất trừu tượng. Cuối cùng thì anh ta có thể làm gì, sau cả một đời sống lươn lẹo?" Sói Big Bad hỏi.

Goldilocks cảm thấy nhịp đập con tim của mình. “Anh ấy có thể làm nổ tung kho đạn. Khi Dirk và Elise thất bại, anh ấy đã tự mình làm nổ tung nó.”

“Wow, wow, wow” Sói Big Bad nói. “Tôi tưởng cô đã cho Henri ngoẻo ngay ở cuối Hồi I rồi. Làm sao anh ta có thể bật nắp quan tài sống lại ở cuối chuyện?”

“Ồ, đúng rồi. Tôi đang định nói với anh về điều đó đấy,” Goldilocks nói. “Tôi không thể nào cho anh ta chết ở Hồi I được.”

“Vậy thì hãy cho tôi bản tóm tắt một đoạn mới của cô đi. Tôi muốn ba thảm họa thật rõ ràng, chặt chẽ và kinh hoàng.”

Goldilocks lấy laptop ra. “Thật ra, những ý tưởng này mới quá, nên tôi chưa kịp viết chúng xuống. Tôi có thể vừa đánh máy vừa nói không?”

Sói Big Bad gật đầu. “Miễn là cô cảm thấy thoải mái.”

Goldilocks mở phần tóm truyện của mình ra, tạo một bản sao và sau đó vừa đánh máy vừa nói.

“Elise Renoir là một góa phụ trẻ người Pháp thời phát xít chiếm đóng. Dirk Steele là một biệt kích Mỹ đã nhảy dù vào sân vườn nhà cô và bị gãy chân, 3 tuần trước ngày D. Elise đã chăm sóc cho Dirk một tuần, nhưng rồi Henri, kẻ theo đuổi không mong muốn của cô đã phát hiện ra họ và dọa nộp Dirk cho chính quyền trừ khi Elise đồng ý kết hôn với hắn. Elise đã gửi con gái Monique về một ngôi làng hẻo lánh một tuần để định giúp Dirk thực hiện kế hoạch làm nổ kho đạn. Tuy nhiên, Monique đã bị quân phát xít bắt và chuẩn bị đưa đến một trại tập trung. Elise đã tham gia quân đồng minh và thuyết phục Henri giúp đỡ họ phục kích chuyến xe áp giải Monique. Sau đó, Dirk đã bị thương nặng. Họ lái xe vượt qua quân phát xít trên đường và làm nổ tung kho đạn, chỉ một ngày trước khi quân đồng minh bắt đầu chiến dịch."

Sói Big Bad mỉm cười. "Tôi thích nó đấy. Câu chuyện đã chặt chẽ hơn rồi. Trong phiên bản này, cô đã cho Elise tham gia quân đồng minh. Chuyện gì xảy ra vậy? Không phải là trước đó cô ta rất sợ hay sao?"

"Cô ấy nhận ra rằng sống trong nỗi sợ sẽ chỉ dẫn đến một thảm họa kinh hoàng hơn mà thôi, nên cô ấy quyết định sống trong sự dũng cảm và xem nó có thể dẫn mình tới chiến thắng hay không."

"Phải rồi!" Sói Big Bad hô lên, bật dậy khỏi ghế và bắt đầu nhảy nhót, khua chân múa tay. "Quá đỉnh!"

Những thực khách khác đã quay sang nhìn chằm chằm vào anh ta cũng như Goldilocks.

Goldilocks quyết định cô sẽ không quan tâm nữa. Một điều gì đó mới xảy ra. Cô chưa rõ nó là gì, nhưng chắc chắn là cô đã tạo ra sự đột phá.

Sói Big Bad ngồi xuống. "Tôi nghĩ cô đã tìm ra được lý tưởng đạo đức cho câu chuyện của mình."

"Cái gì cơ?" Goldilocks nói và cảm thấy bị xúc phạm nhẹ. "Tôi không viết một tựa sách đạo lý rẻ tiền."

"Tất nhiên là vậy rồi," Sói Big Bad nói. "Nhưng mỗi một câu chuyện tốt đều cần phải có một lý tưởng đạo đức. Cô có thể đọc về nó trong cuốn sách Moral Premise của Stan Williams. Ý tưởng cơ bản là trong nửa đầu câu chuyện, nhân vật chính sống với một lý tưởng đạo đức sai lầm và sau đó đã gặp hậu quả."

"Vậy lý tưởng đạo đức sai lầm của Elise là—"

"Là cô ấy phải sống trong nỗi sợ để được an toàn," Sói Big Bad nói. "Nhưng sống trong nỗi sợ sẽ chỉ dẫn đến thảm kịch mà thôi."

Sói Big Bad gật đầu. "Và đó là hậu quả của thảm họa thứ hai—thường được đặt ngay ở giữa câu truyện—nơi mà nhân vật chính đã tìm ra lý tưởng đạo đức đích thực. Cô ấy quyết định rằng mình phải sống can đảm."

"Và điều đó sẽ dẫn cô ấy đến chiến thắng."

"Đúng rồi, mà cũng không nhất thiết là phải chiến thắng theo nghĩa đen," Sói Big Bad nói. "Elise có thể thất bại trong việc cứu con gái. Cô cũng có thể thất bại khi cố gắng làm nổ tung kho đạn. Và thậm chí cô ấy cũng có thể mất mạng. Nhưng điều quan trọng là cô ấy đã chiến thắng trong tâm hồn. Bản thân đức hạnh cũng là một phần thưởng lớn."

Goldilocks cảm thấy có gì đó sai sai khi nghe mô tả về đức hạnh, bởi một con sói bị kết án giết... heo.

Sói Big Bad mỉm cười. "Cái này vui lắm. Không có gì thích hơn việc giúp đỡ một nhà văn tìm ra câu chuyện của họ." Anh ta nhìn đồng hồ. "Nhưng thật tiếc là đã đến giờ về hội thảo rồi. Và hãy để tôi làm rõ điều này—Tôi đang thích hướng đi của câu chuyện, vì cô đã tạo ra tiến triển kịch tính cho nó vào hôm nay."

"Và bây giờ tôi đã có thêm một đống việc phải làm," Goldilocks nói.

Sau khi cô đã chỉnh sửa cho nhân vật phản diện, câu chuyện đã xoay chuyển một cách ngoạn mục.

Điều đó có nghĩa là giờ cô phải suy xét lại mọi thứ.

Cô sẽ trách móc Gấu Baby về chuyện này.

Nếu như phương pháp Hoa Tuyết hiệu quả, thì tại sao bây giờ cô phải thay đổi hết toàn bộ câu chuyện?

Chương 10
TẠI SAO RÀ LẠI LÀ TỐT?

Goldilocks tự tin bước vào lớp vừa đúng giờ. Sói Big Bad thong thả theo sau. Không còn nhiều chỗ trống, nhưng Goldilocks tìm được một ghế ở giữa. Còn Sói Big Bad chọn hàng cuối cùng.

Gấu Baby đứng trước lớp, mỉm cười với bọn họ. "Xin phép hỏi hai người, bữa trưa diễn ra thế nào?"

"Món sườn ngon lắm," Sói Big Bad nói. "Sườn heo, rất to và tươi hết sức có thể—"

"Hãy ngăn hắn lại!" Heo Little thét lên. "Hãy coi chừng đấy sói, nếu không ngươi sẽ phải vào trại cải tạo!"

Sói Big Bad nhe nanh, gầm gừ dữ dội. "Tôi có nên mời bác bữa tối nay không nhỉ? Bác có thể mang theo món đậu fava[9] và một chai vang Chianti[10]—"

[9] Đậu fava là một loại đậu có hình dạng đặc biệt thường được dùng trong ẩm thực.
[10]Chianti là một loại rượu vang đỏ nổi tiếng được sản xuất tại vùng Chianti nổi tiếng của Ý.

"Đủ rồi đấy hai người," Gấu Baby nói. "Goldilocks à, bạn đã có một cuộc họp hiệu quả với Sói Big Bad chứ? Lúc trước bạn có vẻ không chắc lắm về những thay đổi dành cho nhân vật phản diện?"

"Nhân vật phản diện của tôi rất ổn," Goldilocks nói với giọng phẫn nộ.

"Chính xác, không thể nào tuyệt vời hơn," Sói Big Bad nói. "Tôi nghĩ rằng các biên tập viên sẽ rất thích câu chuyện của cô ấy."

Gấu Baby đảo mắt, hết nhìn Goldilocks cho tới Sói Big Bad. "Có vấn đề gì vậy Goldilocks? Có vẻ như bạn đã có một lá phiếu ủng hộ to bự từ Sói Big Bad."

"Tôi nói rồi, tôi ổn mà," Goldilocks khoanh hai tay trước ngực và tỏ ra cau có.

"Trông cô không được ổn lắm, có lẽ cô đang buồn bực chuyện gì đó."

Goldilocks không thể tin rằng chú gấu lại tỏ ra ngờ nghệch đến vậy. "Anh đã hứa dạy chúng tôi làm cho tiểu thuyết của mình chữ rơi ra như tuyết."

Gấu Baby nhìn cô. "Thì đó là điều tôi đang dạy mà. Hiện tại bạn đang thực hiện rất tốt 5 bước đầu tiên rồi."

"Xuất sắc," Sói Big Bad nói. "Đỉnh cao. Tuyệt vời. Đáng kinh nhạc."

"Không tốt như vậy đâu," Goldilocks nói. "Ngay trước bữa trưa, nếu anh không để ý, tôi đã có một sự thay đổi lớn ở nhân vật phản diện, và bây giờ tôi phải sửa lại toàn bộ câu chuyện. Làm sao điều đó có thể tuyệt vời được? Tôi gần như sẽ phải chỉnh lại tất cả."

Gấu Baby nhún vai. "Nghe có vẻ như đó là một vấn đề. Nhưng nó là một vấn đề tốt, và bây giờ tôi sẽ dạy cho bạn về sự cần thiết của việc rà lại. Chúng ta hãy kiểm kê một chút. Bạn đã hoàn tất 5 bước trong phương pháp Hoa Tuyết. Bạn mất bao lâu để sửa bước 1, tóm truyện trong một câu?"

Goldilocks mở laptop ra. "Ừm ... Thật ra câu đó không cần thay đổi gì, nó vốn đã ổn rồi."

Gấu Baby gật đầu. "Tôi cũng nghĩ vậy, nhưng mà tôi chỉ muốn kiểm tra lại. Tôi hay khuyên học viên của mình liên tục cải thiện câu tóm truyện ấy. Thế còn bước 2, tóm truyện trong một đoạn? Rõ ràng là bạn cần thay đổi một vài thứ sau khi chỉnh sửa nhân vật phản diện. Việc này dự kiến mất bao lâu?"

"Cô ấy đã làm nó ngay bữa trưa rồi," Sói Big Bad nói. "Các người nên nghe nó ngay bây giờ. Vì nó đã tuyệt vời hơn nhiều. Goldilocks đã chỉ mất 5 phút để hoàn thành ngay trong lúc chúng tôi nói chuyện. Ôi giời, câu chuyện quá tuyệt vời. Có vẻ như chúng ta phải trả lại danh dự cho kẻ phản diện này."

"Danh với chả dự," Heo Little nói. "Kẻ ác thì chỉ có thể tệ hơn mà thôi."

Bà Hubbard lắc đầu và chỉ tay về Heo Little. "Vớ vẩn! Con người có thể thay đổi, kể cả là con sói. Ngoại trừ một cái tủ chén trống rỗng."

Gấu Baby đu đưa trên gót chân. "Có vẻ Goldilocks đang buồn bực về chuyện phải sửa lại. Cô đã dành 5 phút để sửa phần tóm truyện trong một đoạn." Chú ta tiến đến cái bảng trắng và viết xuống, "5 PHÚT."

Heo Little nhũn cái mũi hồng của bác ta lại thành một nụ cười mỉa mai. "Nhưng mà danh sách nhân vật của cô ấy ở bước 3 đã không thể cứu vãn. Suốt nhiều giờ mà cô ta bỏ ra đêm qua đã tan tành mây khói."

Goldilocks mở danh sách nhân vật trong laptop ra và nhìn lướt qua một lần. "Ừm, tôi nghĩ là tất cả bọn họ đều cần phải sửa lại. Chỉ có mỗi Elise là không thay đổi gì, trừ việc tôi phải viết lại đoạn tóm truyện của cô ấy. Nhưng nó cũng không có khác đoạn tóm tắt của cả tiểu thuyết là bao, nên tôi chỉ việc cắt dán là xong."

"Mà cũng phải sửa cả Dirk nữa," Sói Big Bad nói. "Cô sẽ mất nhiều ngày, thậm chí cả tuần để thay đổi đấy."

Goldilocks nhìn vào phần của Dirk trong danh sách nhân vật. Thực ra thì cũng chưa cần thay đổi gì nhiều, ngoại trừ một đoạn tóm truyện của anh ấy. Và khối lượng công việc thì cũng giống như là khoảng thời gian cô đã bỏ ra để chỉnh sửa phần của Elise. "Tôi nghĩ là mình sẽ chỉ mất vài phút."

"Ồ được lắm, thế còn Monique?" Sói Big Bad nói. "Sẽ phải mất nhiều giờ và nhiều ngày để thay đổi."

Goldilocks lắc đầu. "Không, cô bé đó cũng chỉ mất vài phút thôi. Vấn đề lớn nhất là đoạn tóm truyện của Henri. Nó sẽ thay đổi một cách chóng mặt."

Gấu Baby nhún vai. "Đó là điều thường thấy. Giờ hãy kể cho chúng tôi nghe bạn đã viết về Henri như thế nào rồi."

Goldilocks cuộn chuột xuống.

Phần của Henri hoàn toàn trống rỗng.

Khuôn mặt của cô ấy trở nên nóng bừng. "Ôi, trời đất ơi!"

Sói Big Bad tiến tới và nhìn vào màn hình. Anh ta ngồi xổm và bắt đầu cười hú lên. Anh ta cười nhiệt tình đến mức ngã ngửa ra sàn và tiếp tục ôm bụng cười.

Goldilocks muốn chết vì xấu hổ. "Thành thật mà nói, có vẻ như tôi đã chẳng làm gì ở bước 3 cho Henri, ngoài việc viết tên của anh ta."

Gấu Baby gật đầu. "Tôi nhớ là phần đó của anh ta chưa được hoàn thiện. Tôi cũng nhớ là bạn có vẻ không thích anh ta bởi vì sự xấu xa, tàn ác, bẩn thỉu—"

"Đừng nói về Henri như thế," Goldilocks thốt lên. "Anh ấy có một tuổi thơ dữ dội và những lý do để làm những việc mà anh ta đã làm."

"—Làm việc cho tội phạm, ích kỷ, tham lam, háo sắc, não heo—"

"Chú cứ làm như não heo là không tốt vậy," Heo Little lên tiếng.

"Đáng trách, tên vô lại cộng tác với quân phát xít gian ác," Gấu Baby nói tiếp. "Chính vì thế mà bạn đã không màng viết về anh ấy, bởi vì anh ấy là kẻ phản diện."

Goldilocks cúi đầu buồn bã. "Vâng, đúng là tôi đã sai. Tôi cho rằng bây giờ mình cần quay trở lại và viết bước 3 cho anh ta."

"Tôi cho rằng bạn sẽ phải làm như vậy thôi," Gấu Baby nói. "Bạn nghĩ mình sẽ mất thêm bao lâu?"

"À ... sẽ không thêm nhiều, vì thực ra ngay từ đầu tôi đã chưa làm," Goldilocks nói. "Nhưng nếu phương pháp Hoa Tuyết thật sự tốt, thì nó phải thúc đẩy tôi đi tiếp thay vì quay trở lại như thế này."

"Chẳng có gì sai trái khi rà lại," Gấu Baby nói. "Thực tế thì nó rất cần thiết. Tất cả các nhà văn đều sửa lại sách của mình. Vấn đề chỉ là họ muốn sửa lại nhiều hay ít mà thôi."

Sói Big Bad lúc này mới cười xong. Anh ta đứng dậy và quay trở về ghế ngồi. "Các người có muốn nghe chuyện kinh dị không?" Anh ta nói. "Năm ngoái, tôi có một tác giả đã nhận được thư phản hồi từ biên tập viên, và cơ bản thì nó chỉ có hai chữ thôi: viết lại."

"Ôi, viết lại từ đầu sao?" Gấu Baby lắc đầu buồn bã.

"Thư phản hồi là gì vậy?" Goldilocks hỏi.

"Sau khi ý tưởng tiểu thuyết của bạn được chấp thuận, bạn sẽ dành thời gian chỉnh sửa nó tới khi hoàn thiện nhất có thể," Gấu Baby nói. "Rồi bạn gửi nó cho nhà xuất bản, họ đưa nó cho một biên tập viên, người sẽ đọc cẩn thận, ghi chú và sau đó viết một lá thư phản hồi nói rằng tác phẩm của bạn tốt ở chỗ nào và cần cải thiện ở chỗ nào. Lá thư sẽ không nói rõ bạn cần sửa thế nào, bởi vì đó không phải là công việc của biên tập viên. Họ chỉ tập trung vào những vấn đề lớn thôi. Còn bạn khi nhận được thư phản hồi, bạn sẽ phải viết lại bản thảo của mình."

"Thật ra công việc của một tác giả sẽ phức tạp hơn thế nhiều," Sói Big Bad nói. "Khi nhận được thư phản hồi, cô ta có thể yêu cầu luật sư gọi điện đến nhà đại diện và phàn nàn về tay biên tập viên não bã đậu tàn nhẫn đó. Việc này có thể diễn ra trong nhiều giờ. Và nếu quá mẫn cảm, cô ta có thể khóc cả xô nước mắt. Còn nếu là người tỉnh táo, cô ta có thể lập kế hoạch bí mật để bom thư biên tay tập viên đó. Sau ấy, nhà đại diện tài năng của cô ta sẽ khuyên cô nên bình tĩnh và nhắc rằng cô đã ký một hợp đồng ràng buộc có đề cập tới việc biên tập viên có thể nói một hai điều không hay trong thư phản hồi."

"Và cuối cùng thì khi vị tác giả tỉnh táo trở lại, cô ta sẽ bắt đầu viết lại bản thảo," Gấu Baby nói.

"Vậy thì ý của anh là gì?" Goldilocks nói. "Điều này thì có liên quan gì đến việc rà lại?"

"Viết lại bản thảo cũng là một dạng rà lại," Gấu Baby nói. "Và viết lại toàn bộ từ đầu là hình thức rà lại thảm khốc nhất."

"Và tôi thường thấy những người viết theo trực giác hay làm vậy," Sói Big Bad nói. "Vâng, chắc chắn rồi, đôi khi họ làm tốt ngay từ bản thảo đầu tiên, nhưng cũng có những lúc, ôi trời, họ viết lại những thứ tệ hơn cả, và luôn nghĩ rằng điều đó thật tuyệt vời."

"Vấn đề nằm ở chỗ đó đấy," Gấu Baby nói. "Khi bạn phải rà lại nguyên cả bản thảo lớn, nó có thể mất 6 tháng lao động cật lực."

"Và thường thì nhà xuất bản cho bạn một tháng để làm," Sói Big Bad nói. "Sẽ vui lắm đấy."

"Nhưng mà anh nói tất cả các nhà văn đều phải rà lại," Goldilocks nói. "Vậy thì những người viết theo phong cách lập đề cương hay Hoa Tuyết cũng đều phải làm như thế đúng không?"

"Tất nhiên rồi," Gấu Baby nói. "Khi một người viết lại theo lối lập đề cương, thì anh ta sẽ chỉ sửa lại đề cương thôi. Nếu nó khoảng 100 trang thì anh ta rà lại 100 trang. Điều đó dễ dàng hơn là rà lại 400 trang bản thảo chi tiết, nhưng khối lượng công việc vẫn rất lớn."

"Nhưng người viết hoa tuyết cũng phải rà lại cơ mà?" Goldilocks nói, và quyết tâm bắt Gấu Baby thừa nhận.

"Tất nhiên rồi," Gấu Baby nói. "Đó là điều tôi đã cố gắng nói với bạn. Ai cũng phải rà lại. Bạn sẽ không bao giờ có thể hoàn hảo ngay lần đầu tiên. Trong suốt 10 bước của phương pháp Hoa Tuyết, tôi luôn khuyến khích các tác giả rà lại ở mỗi bước nếu cần thiết."

"Sao nghe khổ cực quá vậy?" Goldilocks gào lên.

"Sẽ không là vấn đề nếu chỉ là 5 hoặc 10 phút," Sói Big Bad nói. "Vàng hoe à, ý của anh ta ở đây là, nếu cô đã không làm việc đó ngay từ đầu, thì sẽ không gọi là rà lại. Chỉ là một vấn đề lớn nếu đã không theo làm đúng thứ tự."

"Ồ—" Goldilocks nói với giọng nhỏ nhẹ.

"Việc rà lại là tốt," Gấu Baby nói. "Nó sẽ khiến cho câu chuyện trở nên chặt chẽ, sâu sắc và sinh động hơn. Lý do nhiều người thích phương pháp Hoa Tuyết là vì họ sẽ thực hiện công việc rà lại này từ sớm, khi mà tác phẩm chưa trở nên đồ sộ. Điều đó có nghĩa là càng về sau thì việc rà lại sẽ trở nên nhẹ nhàng hơn, ngay cả khi tiểu thuyết đã bùng nổ thành một bản thảo 400 trang. Việc đó sẽ dễ dàng hơn là rà lại cả cuốn tiểu thuyết khi nó đã hoàn thành."

Goldilocks mở phần tóm truyện một trang để nhìn xem mình sẽ phải thay đổi nhiều hay không. Cô mới chỉ viết hai đoạn đầu và thật may mắn là cô chỉ cần thay đổi câu cuối trong đoạn thứ hai. Câu đó nói rằng Elise đã giết Henri và chôn hắn ta ở khu vườn.

"Vậy thì, Goldilocks," Gấu Baby nói. "Bạn có thể ước lượng xem mình sẽ mất bao lâu để rà lại hay không?"

Goldilocks không nói gì cả.

"Bao nhiêu giờ?" Sói Big Bad hỏi. "Hay là bao nhiêu ngày, bao nhiêu tuần?"

"Khoảng ... 10 phút," Goldilocks nói.

Gấu Baby cười. "Ồ, tốt lắm."

"Không đời nào!" người thanh niên ngồi ngay cạnh Goldilocks lên tiếng. "Tôi không trả tiền vào đây học cách nhai đi nhai lại một đoạn cả ngàn lần. Xin phép cáo lui." Anh ta nhấc ba lô lên và bước ra khỏi phòng.

Gấu Baby há miệng và nói, "Có ai cảm thấy việc này quá khó khăn và muốn rời đi không?"

Goldilocks nghĩ rằng thật là bất lịch sự khi rời khỏi một hội thảo ngay giữa chừng.

Nhưng mà lần lượt có cả nửa tá tác giả lặng lẽ lấy đồ và bước ra ngoài.

Heo Little giơ móng lên. "Chúng ta tiếp tục được không? Lý do mọi người bỏ đi là bởi vì chú đã nói những điều họ không muốn nghe. Chẳng ai muốn rằng họ phải viết đi viết lại cuốn tiểu thuyết vô số lần. Gấu con à, cậu cần phải chăm chỉ hơn để khiến cho phương pháp của mình trở nên hấp dẫn. Nếu không, cậu sẽ thấy nhiều kết quả tệ hại hơn đấy."

Gấu Baby nhìn đồng hồ.

"Thật ra cũng chỉ còn 2 phút nữa là hết giờ. Và phần tiếp theo là một bài diễn thuyết ở sảnh chính. Bài tập tối nay của bạn là hãy nhìn vào 5 bước đầu tiên trong phương pháp Hoa Tuyết và sửa lại những gì cần sửa. Hãy hoàn thành một trang tóm truyện. Rồi dành cho mỗi nhân vật từ nửa trang tới một trang. Hãy nhập tâm vào họ, khám phá tiền truyện của họ. Hãy nghĩ xem điều gì khiến họ trở nên nổi bật—"

Hồi chuông vang lên.

Ngay lập tức, cả tá học viên xách đồ nhanh chóng ra khỏi phòng. Nửa còn lại thì vẫn ghi chú và bước ra khỏi phòng chậm chạp hơn.

Goldilocks cảm thấy xót xa cho Gấu Baby. Có lẽ chú ta cảm thấy thật đau lòng khi thấy nhiều học viên tỏ ra không hứng thú với những gì mình chia sẻ. Cô đã đi theo chú ta từ lớp học cho tới sảnh lớn.

Chú ta tiến vào trong phòng vệ sinh nam.

Goldilocks không muốn biến mình thành kẻ rình mò, nên cô đã đi tiếp đến khán phòng lớn. Nhưng cô không hứng thú mấy về vị diễn giả được mời đó.

Cô đi ngang qua tòa nhà chính để tới tiệm cà phê. Cô nghĩ mình nghe thấy có tiếng xì xào ở sân vườn, nơi những bụi cây đang chắn tầm nhìn.

Sói Big Bad đang ngồi ở một góc bàn phía xa, với ly cà phê to bự.

Heo Little đang đi lại vòng vòng trước mặt anh ta và tranh luận thứ gì đó.

Goldilocks không thể nghe thấy những gì bác ta nói, nhưng mặt của Heo Little đang ửng hồng.

Sói Big Bad nhìn có vẻ rất giận dữ.

Goldilocks không muốn liên quan tới họ, nên cô nhanh chóng ra khỏi khu vực gửi xe để về nhà và nghĩ về câu chuyện của mình.

Tối đó, sau khi lũ trẻ đi ngủ, cô đã thức rất khuya để sửa lại những gì mình đã viết. Cô sửa lại đoạn tóm truyện trong một câu, cũng như phần tóm truyện của mỗi nhân vật chính. Sau đó, cô đã hoàn thành phần tóm tắt truyện trong một trang. Cô đã viết nguyên cả trang nói về phần tiền truyện và động lực của mỗi nhân vật.

Lúc cô hoàn thành thì đêm đã khuya. Một giọng nói nhỏ vang lên trong đầu khuyên cô rằng mình không nên dành quá nhiều thời gian vào những việc như thế này. Nó khuyên cô rằng hãy cứ viết đi đã, rồi sau cùng mới nên quay trở lại và sửa. Nhưng cô linh cảm rằng việc chỉnh sửa này càng thực hiện từ sớm, thì sau này lượng công việc sẽ càng nhẹ nhàng hơn rất nhiều.

Ngày mai, cô sẽ trò chuyện với Sói Big Bad một lần nữa và sẽ hỏi xem liệu anh ta có hào hứng khi có một khách hàng như cô hay không. Cô nghĩ rằng anh ta là một nhà đại diện rất tốt để làm việc cùng.

Một nhà đại diện sở hữu chiếc răng nanh sắc nhọn có thể đe dọa cả thế giới, nhưng ở bên trong anh lại sở hữu một trái tim rất ấm áp.

Chương 11
BẢN TÓM TẮT DÀI

Sáng hôm sau, Goldilocks là người đầu tiên có mặt trong lớp. Cô hy vọng Sói Big Bad sẽ đến sớm để cô có thể hỏi về việc trở thành khách hàng của anh ta. Hoặc nếu là Gấu Baby, thì cô cũng có thể trình bày cho chú ta bản chỉnh sửa mới nhất.

Nhưng thực tế, người thứ hai tới sau cô ấy là Heo Little. Bác ta tiến thẳng tới chiếc ghế cạnh Goldilocks và ngồi xuống. "Cô đã làm xong bài tập tối qua chưa?"

Goldilocks gật đầu và bắt đầu kể cho bác ta về sự ngạc nhiên của mình trong quá trình đào sâu hơn về mỗi nhân vật.

Heo Little gật đầu một cách đầy hiểu biết trong lúc Goldilocks kể. Bác ta cũng tỏ ra rất hứng thú với câu chuyện của cô và có hỏi một vài câu.

Trước khi Goldilocks kịp nhận ra, thì Gấu Baby đã có mặt ở trên chiếc bàn ở hàng đầu và nhảy tưng tưng. "Chào buổi sáng! Tôi thấy có ít học viên hơn hôm qua, nhưng chắc chắn rằng những người có mặt là những người rất chăm chỉ. Tôi rất tự hào về các bạn!"

Goldilocks nhìn quanh để xem có những ai ở đó.

Căn phòng chỉ đầy khoảng hai phần ba.

Sói Big Bad bước vào, miệng nhâm nhi ly cà phê lớn. Anh ta vẫy tay chào Goldilocks, nhìn Heo Little một cách cau có, rồi tìm một chiếc ghế ở hàng cuối.

"Hôm nay, trong bước số 6 của phương pháp Hoa Tuyết," Gấu Baby nói, "chúng ta sẽ quay trở lại phần cốt truyện. Hãy nhớ rằng trong phương pháp này, chúng ta sẽ luân phiên làm việc với lúc thì nhân vật, lúc thì cốt truyện. Điều này sẽ đảm bảo câu chuyện của bạn được phát triển một cách hài hòa."

"Ừm, chẳng phải là chúng ta đã từng viết một bản tóm tắt mấy ngày trước sao?" Một thanh niên ngồi ở hàng ghế thứ hai hỏi. Anh ta mặc toàn đồ da, đeo trên mình bộ cung tên. "Vì tôi nghe nói rằng đó là thứ quan trọng nhất khi bạn cố gắng bán một ý tưởng sách."

Gấu Baby nhìn chằm chằm vào thẻ tên của chàng thanh niên, rồi tươi cười rói. "Đúng rồi, thưa ngài Hood. Hôm nay chúng ta sẽ mở rộng mỗi đoạn trong phần tóm tắt hôm trước thành một trang. Từ đó, bạn sẽ có 4 tới 5 trang mà tôi gọi là một bản tóm tắt dài."

"Và chính xác thì nó để làm gì?" Heo Little hỏi.

"Có một vài lợi ích," Gấu Baby nói. "Đầu tiên, nó giúp bạn hiểu câu chuyện tốt hơn. Nó buộc bạn phải đi chi tiết vào cốt truyện để tìm ra vấn đề cần giải quyết.

Thông qua đó, chủ đề sẽ được nổi bật lên. Bạn cũng có thể thấy nhân vật của mình trở nên sâu sắc hơn."

Lúc này, Goldilocks đang ghi chú bằng chiếc laptop, ngay vào phần dưới tiêu đề chính MỤC ĐÍCH CỦA BẢN TÓM TẮT DÀI. Cô ấy gõ: 1) *Làm chi tiết câu chuyện.*

"Thứ hai," Gấu Baby nói, "bản tóm tắt dài sẽ trở nên hữu dụng cho bước 8 trong phương pháp Hoa Tuyết, nơi bạn sẽ tạo ra một danh sách phân cảnh."

Goldilocks đánh máy: 2) *Chuẩn bị cho danh sách phân cảnh.*

Heo Little đập móng cồm cộp xuống sàn. "Đúng rồi, nhưng thế còn việc bán sách thì sao?"

Gấu Baby chỉ về cuối căn phòng. "Vì chúng ta đã có một đại diện xuất bản hoành tráng ở đây, nên tôi sẽ để cho Sói Big Bad nói về tầm quan trọng của bản tóm tắt này."

Sói Big Bad đứng dậy và làm một ngụm cà phê thật bự. "Đã là tóm tắt, thì nó rất khô khan. Biên tập viên ghét đọc nó. Các nhà đại diện cũng ghét. Điều mà chúng tôi thích, thật ra là câu chuyện thực sự của bạn, vì đó là phần hay nhất. Nhưng bạn phải viết bản tóm tắt này, hoặc là chúng tôi sẽ chẳng bao giờ màng tới câu chuyện của bạn. Xin đừng hỏi tôi tại sao. Nó là một truyền thống ngu ngốc. Nên nguyên tắc đầu tiên để viết bản tóm tắt đó là: càng ngắn càng tốt."

Goldilocks giơ tay hỏi. "Nếu càng ngắn càng tốt, tại sao những người lập đề cương lại viết bản tóm tắt dài cả trăm trang?"

"Bởi vì họ cần một bản tóm tắt 10 trang, 50 trang, thậm chí 100 trang chỉ để viết ra bản thảo đầu tiên," Gấu

Baby nói. "Tạo ra bản tóm tắt là một phần trong mô hình sáng tác của họ. Họ viết nó vì lợi ích của họ, chứ sẽ không gửi bản tóm tắt khổng lồ ấy cho đại diện và biên tập viên."

Sói Big Bad tỏ vẻ hoảng hốt. "Nếu các bạn gửi cho tôi một bản tóm tắt khổng lồ, tôi sẽ đốt nó ngay lập tức. Thứ mà tôi muốn là từ 2 cho đến tối đa là 4 trang. Chấm hết."

"Vì thế mà lợi ích thứ ba của bản tóm tắt dài," Gấu Baby nói, "đó là cho bạn nguyên liệu thô để tạo ra bản tóm tắt gửi cho nhà đại diện."

Goldilocks đánh máy: 3) *Nguyên liệu thô cho bản tóm tắt gửi nhà đại diện.*

Heo Little hắng giọng. "Vậy chú định nói với chúng tôi rằng chúng ta tạo ra bản tóm tắt dài này ... chỉ để sau đó lại phải tiếp tục làm việc nữa?" Giọng bác ấy khá bực bội.

"Ý tôi là bản tóm tắt dài sẽ rất hữu ích cho việc hiểu rõ câu chuyện," Gấu Baby nói. "Và cũng là một bước rất hữu ích cho việc viết ra một bản đề xuất gửi cho bên đại diện."

"Thời gian là tiền bạc," Heo Little nói. "Công việc bận rộn này có thể phù hợp với một số nhân viên quèn, nhưng mà—"

"Đó là bài tập tối nay," Gấu Baby ngắt lời. "Với ai nghĩ viết một bản tóm tắt dài cho tiểu thuyết là việc đáng làm, hãy mở rộng phần tóm truyện một trang của bạn, rồi bạn sẽ thấy bản tóm tắt dài tự động được viết ra."

"Nói đi, Goldilocks," Heo Little nói, "Tôi đã theo dõi cô, và cô là một nhà văn rất triển vọng. Cô có muốn làm việc cùng tôi để tạo ra câu chuyện tuyệt vời về cuộc đời hoàn hảo của một con heo?"

Goldilocks không biết mình nên cười, nên mếu, hay là nên lăn ra sàn gào thét nữa.

"Cô ấy không quan tâm đâu," Sói Big Bad nói.

Heo Little quay đầu lại. "Ai thèm hỏi ngươi cơ chứ? Tôi đang nói chuyện với Goldilocks, ứng viên tiềm năng cho công việc này—"

"Về cơ bản thì bác đang muốn một người bận rộn như cô ấy trở thành một nhân viên quèn đấy," Sói Big Bad lườm Heo Little. "Goldilocks đúng là một tác giả tiềm năng, và cô ấy có sứ mệnh quan trọng hơn là làm việc cho một tay tự kiêu, giúp hắn ta viết ra cuốn tự truyện ngụy trang dưới danh nghĩa tiểu thuyết."

Heo Little đứng dậy. "Còn nhà ngươi thì chỉ coi cô ta như kẻ nô lệ trong đế chế của mình mà thôi. Ngươi muốn lợi dụng cô ấy để lấy những khoản phí đại diện béo bở dựa trên công lao của cô ta. Chuyện gì xảy ra nếu câu chuyện của cô ta không bán được?"

"Nó sẽ bán được," Sói Big Bad nói. "Chắc chắn là sẽ bán chạy hơn cuốn tự truyện ngu ngốc của bác. Nơi tốt nhất dành cho nó là tạp chí The National Enquirer[11]."

"The National Enquirer?" Heo Little hét lên. "Tôi có chết thì mới để chuyện đó xảy ra!"

Sói Big Bad mỉm cười gian ác. "Heo Little ơi, chuyện bác chết thì tôi có thể dàn xếp."

[11] Đây là tên một tạp chí nổi tiếng ở Mỹ chuyên về các tin tức không chính thức, đồn đoán và các câu chuyện gây sốc, scandal...

"Thôi đi, hai người!" Goldilocks gào lên, chỉ một tay vào Sói Big Bad. "Anh không nên nói những điều như thế. Hãy xin lỗi đi!"

"Tôi xin lỗi," Sói Big Bad nói và tỏ vẻ mặt nhởn nhơ.

"Và còn bác—" Goldilocks nhìn vào Heo Little. "Bác đã sỉ nhục và xúc phạm tôi bằng mọi cách có thể. Bác là người cuối cùng trên trái đất này mà tôi muốn đồng tác giả. Chấm hết."

Gương mặt của Heo Little lần lượt trải qua một chuỗi cảm xúc lẫn lộn: sốc, giận dữ, nhục nhã, lạnh lùng. "Được thôi. Cô đã đánh mất cơ hội của mình rồi. Tôi đi đây. Nếu bất cứ tác giả nào khác muốn sở hữu cơ hội tuyệt vời này, muốn làm việc với một chú heo uy tín, hơi đòi hỏi, nhưng có trái tim nhân ái và sẵn sàng trả thù lao hậu hĩnh, thì sẽ tìm thấy tôi ở quán cà phê trong vòng 1 giờ tới."

Nói đoạn bác ta phóng ra khỏi phòng, để lại những vệt móng heo lờ mờ trên sàn.

Cả lớp ngồi lại trong một bầu không khí yên lặng tới mức ngột ngạt.

"Được rồi," Gấu Baby nói. "Cuộc sống mà, sẽ có người này người kia. Và Heo Little là một trong những người như thế. Thôi, hãy tập trung vào bài tập của chúng ta, yêu cầu đã rõ ràng chưa?"

Cả lớp gật đầu.

Gấu Baby nhìn thẳng vào Sói Big Bad. "Tôi thấy cậu hơi hà khắc với Heo Little đấy. Cậu nên cho qua những việc có thể cho qua đi."

Sói Big Bad lườm. "Bác ta đã nói dối và vu oan cho tôi trước tòa về việc mà tôi đã không làm với anh em nhà bác ta. Điều đó đã lấy đi 6 năm cuộc đời của tôi đấy. Nếu cậu thích thì có thể tự trải nghiệm, Gấu Baby. Hãy đi thụ án chừng đó năm trong tù vì một tội mà cậu không làm, và sau đó quay về đây nói chuyện với tôi về việc tha thứ và bỏ qua. Còn không thì thôi, quên đi."

Goldilocks đang cố gắng kết nối mọi thứ lại với nhau Sói Big Bad đã bị kết án giết anh em của Heo Little dựa trên lời khai của bác ta?

"Dù thế nào đi nữa," Gấu Baby nói, "chúng ta đã thảo luận về bản tóm tắt dài. Bây giờ, tôi muốn chia sẻ về từ điển nhân vật. Đó sẽ là bước 7 của phương pháp Hoa Tuyết. Sau đó, chúng ta chỉ còn ba bước nữa thôi là có thể đóng gói lại chương trình này vào chiều mai."

"Ô, chúng ta không nghỉ ngơi gì sao?" chàng thanh niên ở hàng hai nói.

Gấu Baby kiểm tra đồng hồ. "Đáng ra là thế, nhưng chúng ta cần phải tiếp tục. Các bạn có thể nghỉ 5 phút, nhưng đừng có la cà. Chúng ta có rất nhiều thứ cần phải xem xét."

Goldilocks dự định sẽ nói chuyện với Sói Big Bad trong giờ nghỉ. Nhưng cô đã cảm thấy sốc bởi tính khí hung hăng của anh ta khi tranh cãi với Heo Little, nên cô đã nghĩ lại. Cô không muốn làm việc với một đại diện tác giả quá khó tính, và rõ ràng là Sói Big Bad cũng có một quá khứ rất tối tăm.

Chương 12
TỪ ĐIỂN NHÂN VẬT

Trong giờ nghỉ, Goldilocks rảo bước xuống sảnh, đến bàn ăn vặt, cầm lấy một quả chuối kèm theo cốc trà. Cô mỉm cười với chàng thanh niên đeo cung tên.

"Anh viết thể loại tiểu thuyết gì vậy?" Goldilocks hỏi.

Anh ta nở nụ cười toe toét. "Nó là bộ truyện dài kỳ về một băng cướp vui vẻ sống trong rừng, săn hươu, uống rượu, tiệc tùng với những cô gái làng chơi, đồng thời lẩn tránh tên quận trưởng địa phương."

"Ồ, chúc anh may mắn," Goldilocks lén nhìn tên anh ta. "Ừm, Robin. Câu chuyện của anh nghe tuyệt lắm."

Anh ta nhún vai khiêm tốn. "Câu chuyện của cô cũng rất đỉnh cao. Tôi hy vọng Gấu Baby sẽ cho cô lên ghế nóng một lần nữa. Nói thật là tôi đã học được cả tá thứ về viết lách mỗi lần cô ở trên đó." Trong một khoảnh khắc, anh ta nhìn xuống ngực cô và không giấu nổi một nụ cười nham nhở ở trên mặt. "Và có vẻ trông cô cũng giống gái làng chơi ham thích tiệc tùng đấy. Cô muốn hẹn hò với tôi trong rừng không—"

"Ôi trời!" Goldilocks chỉ vào đồng hồ. "Sắp đến giờ rồi! Chúng ta nên quay trở lại lớp học thôi."

Khi họ về tới lớp, Sói Big Bad đang nằm cuộn mình dưới sàn ở một góc phòng, cất tiếng ngáy nhẹ nhàng.

Khi đến giờ bắt đầu, Gấu Baby đập nhẹ tay lên mặt bàn. "Bước 7 trong phương pháp Hoa Tuyết là tạo ra từ điển nhân vật. Bạn có thể làm thế nào cũng được, miễn là cảm thấy phù hợp. Một vài tác giả có thể tìm ảnh đại diện cho nhân vật ở trên mạng. Nếu điều đó giúp bạn hình dung ra nhân vật rõ ràng, bạn cũng có thể thử. Nhưng hãy nhớ một điều rất quan trọng, đó là bạn phải biết đủ nhiều về nhân vật của bạn để có thể hóa thân vào họ."

Gấu Baby phát cho mỗi người một tờ giấy, trên đó gồm rất nhiều câu hỏi.

Robin nhìn vào tờ giấy của mình và cười giòn giã. "Tại sao tôi cần biết màu mắt của nam chính cơ chứ?"

Goldilocks không thể tin nổi là anh ta lại có thể ngô nghê đến thế. "Đó là điều rất quan trọng! Anh có thể biết được cả tá thứ về một nhân vật thông qua màu mắt."

Robin cười thành tiếng. "Vậy thì cô thử đoán xem tôi là người thế nào?"

Goldilocks nhìn kỹ anh một hồi. "Mắt anh nổi đầy gân đỏ, chứng tỏ anh uống quá nhiều rượu bia và hay đi đêm, rồi tán tỉnh những cô gái hư hỏng."

"Gái làng chơi," Anh ta nói. "Dân chơi ấy, chứ không phải hư hỏng."

Goldilocks khịt mũi. "Chả có gì khác nhau cả."

Gấu Baby hắng giọng. "Cả hai người đều đã quên mất một điểm quan trọng. Có nhiều cuốn sách ở chương một thì nói mắt của nhân vật màu xanh biển, nhưng đến trang 99 thì lại màu xanh lá. Một trong những mục đích của từ điển nhân vật là có một nơi để tập hợp tất cả các chi tiết nhỏ về mỗi nhân vật, để bạn không mắc những sai lầm ngớ ngẩn như thế."

"Ai lại ngớ ngẩn như vậy được nhỉ?" Goldilocks hỏi.

"Nó xảy ra suốt ấy mà," Gấu Baby nói.

"Tại sao người ta lại không thể nhớ được những thứ như thế?"

"Vào lúc 3 giờ sáng, vào ngày cuốn sách đến hạn nộp cho biên tập viên, mà bạn đang rà lỗi chính tả một lần cuối cùng để đảm bảo nó hoàn hảo. Bạn sẽ cảm thấy dễ dàng tra cứu thông tin nếu có một nơi nào đấy giúp bạn biết được cô bưu tá ở ngôi làng đó sinh năm bao nhiêu."

Goldilocks cau mày. "Điều đó từng xảy ra với anh ư?"

"Mọi cuốn sách," Gấu Baby nói. "Và tốt nhất là nên để việc tìm kiếm ấy diễn ra trong vòng 1 phút chứ không phải là 10 phút."

"Trong danh sách câu hỏi của anh không có câu nào nói về việc nữ chính sẽ sử dụng loại móng sơn tay nào," Goldilocks nói.

"Ôi thần linh ơi," Bà Hubbard nói. "Ai lại thừa tiền đi mua sơn móng tay?"

Robin cười khúc khích. "Và quan trọng hơn là ai lại dùng nó chứ? Đó có vẻ như là câu hỏi xàm xí nhất mà tôi từng tưởng tượng."

"Sơn móng tay rất quan trọng!" Goldilocks nói. "Nó thể hiện nhiều thứ về nhân vật."

Robin tỏ vẻ khinh khỉnh. "Hãy kể cho tôi biết loại bia mà một người đàn ông uống, tôi sẽ nói cho cô biết anh ta là người tốt, hay là tay sai của quận trưởng Nottingham. Đó mới là điều quan trọng."

"Nói đến những thứ xàm xí—" Goldilocks nói.

Gấu Baby giơ hai tay lên. "Thôi thôi, tôi xin mọi người! Trong danh sách này, có thể có một vài câu hỏi hữu ích với bạn hoặc không. Nếu câu hỏi nào không áp dụng cho nhân vật của bạn, thì hãy đơn giản là bỏ qua. Còn nếu có những câu hỏi khác không nằm trong danh sách mà giúp bạn hiểu hơn về nhân vật của mình, thì cứ đưa vào."

"Xem ra có cả tá thứ phải làm," Robin nói.

"Rất nhiều thứ phải làm," Gấu Baby nói. "Tôi thường dành cả ngày để có thể hoàn thành từ điển cho mỗi một nhân vật. Nhưng đó là những khoảng thời gian rất xứng đáng. Tôi nghĩ là chúng ta nên đưa Goldilocks lên ghế nóng và hỏi thăm về nhân vật của cô ấy một chút."

Cả căn phòng bắt đầu trở nên háo hức.

Goldilocks tiến lên hàng đầu, ngồi vào ghế nóng. Cô biết điều này không dễ dàng, nhưng đây là một cơ hội rất quý giá.

Gấu Baby nhìn Goldilocks một lúc. "Một phần cuốn tiểu thuyết của bạn đã xảy ra ở nhà của Elise. Hãy mô tả nó cho tôi."

Cô nhìn anh chằm chằm. "Nhưng ... ngôi nhà nào mà chả giống nhau?"

"Hãy cứ làm như là bạn đang miêu tả cho tôi nghe ngôi nhà của mình vậy," Gấu Baby nói.

Goldilocks cau mày. "Tôi cá là nó cũng giống mọi người thôi. Đó là một căn nhà ba gian, nằm trên một mảnh đất rộng khoảng 700 mét vuông, xây bằng gạch, có mái ngói, kèm theo một chiếc gara với sức chứa hai ô tô. Cửa sổ gồm ba lớp—"

"Đó không phải là nhà, mà là hầm ngục," Robin nói. "Goldilocks à, có vẻ như cô đang bị áp bức bởi giới cầm quyền."

"Robin, hãy kể chúng tôi nghe về căn nhà của anh," Gấu Baby nói.

Anh ta nhún vai. "Nó là một cái hang ở rừng Sherwood. Tôi sống ở đó với băng đảng vui vẻ của mình. Không cửa sổ nào ngăn được làn khói thơm phức khi chúng tôi nướng thịt nai săn được. Không có gì nhân tạo. Chúng tôi giống Thoreau[12] nguyên bản. Thật tuyệt!"

"Có cái tủ chén rỗng không?" bà Hubbard hỏi. "Nhà của tôi có, và tôi nghĩ nó thật tuyệt."

Robin lắc đầu. "Chúng tôi không có tủ chén rỗng, nhưng bếp lúc nào cũng đầy ắp củi. Nếu bạn muốn nếm trải một chút phấn khích, hãy đến thử. Và đừng quên mang theo những cô gái làng chơi."

Bà Hubbard má đỏ ửng, cười khúc khích. "Tôi có thể sẽ tới đó, chàng trai trẻ ạ. Tôi sẽ mang theo cháu gái Marian của tôi. Tôi nghĩ nó rất hợp với anh," bà ta nhìn vào Gấu Baby. "Còn nhà anh trông như thế nào?"

---

[12] Henry David Thoreau (1817-1862) là một nhà văn, nhà thơ, nhà tự nhiên học, nhà sử học, nhà triết học nổi tiếng người Mỹ. Thoreau sống một cuộc sống đơn giản và gần gũi với thiên nhiên, và ủng hộ việc cá nhân kháng cự lại chính quyền dân sự. Ông cũng là một nhà hoạt động tích cực tham gia phong trào kháng thuế và bãi nô, có ảnh hưởng lớn tới nhiều nhân vật lịch sử như Mahatma Gandhi, Martin Luther King Jr. và Lev Nikolayevich Tolstoy.

Gấu Baby không nói gì cả.

"Tôi đoán nó là một căn lều gỗ ở sâu trong rừng," Goldilocks nói. "Có một chiếc bàn gỗ, ba cái bát gỗ để đựng cháo. Có ba chiếc ghế gỗ, và trên lầu cũng có ba chiếc giường, một cái rất cứng, một cái quá mềm, và một cái thì rất vừa lưng."

Gấu Baby nhìn cô với ánh mắt tò mò. "Làm sao bạn biết tất cả những điều đó?"

Má Goldilocks đỏ ửng lên. "Ồ, tôi nói đúng sao? Tôi chỉ đoán bừa thôi."

"Bạn quả thật là ... có óc tưởng tượng rất tốt," Gấu Baby tỏ vẻ như muốn nói thêm, nhưng anh ta lắc đầu. "Vậy tôi muốn bạn áp dụng khả năng hình dung đó vào nhân vật Elise. Nhà của cô ấy trông ra sao?"

Goldilocks vui vì đã được hỏi về Elise. "Ồ, nó có ba phòng ngủ và hai phòng tắm. Ở trên lầu có một phòng làm việc để Elise viết tiểu thuyết. Tầng trệt có bàn đảo bếp lớn ở giữa, kèm với mặt bếp đá hoa cương."

Bà Hubbard bắt đầu cười. "Cháu yêu, cháu đang sống ở hành tinh nào vậy? Chẳng ai có một căn nhà như thế vào những năm 1940."

"Họ ... không có sao?" Goldilocks nói. "Ồ, cháu nghĩ nhà của Elise sẽ nhỏ hơn. Hai phòng ngủ và một phòng tắm."

Bà Hubbard nói. "Cháu yêu, cháu cần nghiên cứu kỹ một chút. Nhân vật của cháu sống trong một ngôi làng ở Pháp những năm 1944. Cháu nghĩ họ có phòng tắm trong nhà không? Và chuyện gì xảy ra với phòng khách rồi?"

"Phòng khách?" Goldilocks nói. "Sao họ lại cần một cái phòng khách thay vì phòng tắm?"

"Ôi trời ơi, cháu cần nghiên cứu thêm đấy," bà nói. "Cháu cần nhìn một căn nhà thực sự vào thời điểm đó. Để xem chúng ta đã sống thế nào khi ta còn trẻ."

Cánh cửa bất ngờ bật mở, một nhiếp ảnh gia bước vào. Anh ta trông rất trẻ và có vẻ là một người sành công nghệ, với bộ trang phục đen kèm khuyên mũi là chiếc nhẫn bạc. Chiếc máy ảnh mà anh mang theo thuộc loại khổng lồ và siêu mắc tiền, đang nhắm thẳng vào Gấu Baby. "Giám đốc trung tâm muốn vài tấm ảnh của chú và học viên. Hãy đứng cạnh cô học viên kia và làm như chú đang dạy cô ta điều gì đó."

Gấu Baby tiến đến, miễn cưỡng đứng ngay cạnh Goldilocks. Ngay cả khi cô ấy đang ngồi, trông chú ta vẫn lùn hơn cô rất nhiều.

"Chiiiii," Goldilocks nói.

"Cháoooo," Gấu Baby nói.

Người thợ ảnh chụp liên tiếp vài tấm. Sau đó, anh ta đi một vòng xung quanh họ và chụp đủ mọi góc cạnh.

Sau khi anh ta đi, Gấu Baby gãi đầu. "Chúng ta đang tới đâu rồi nhỉ? À đúng rồi, bạn cần nghiên cứu một chút về cách mà các ngôi nhà được bố trí thời 1944 ở Pháp."

"Nhưng ... tại sao vậy?" Goldilocks nói. "Đó là tiểu thuyết, mà tôi không thể bịa ra mọi thứ sao?"

"Vậy thì đừng quên chiếc xe phản lực trong gara nữa," Robin nói.

Goldilocks ném cho anh ta một cái lườm. "Kẻ ngu ngốc nào mà lại để xe phản lực trong gara? Thời đó chẳng ai có xe, chúng còn chưa được phát minh."

"Chính xác," Bà Hubbard nói.

Gấu Baby xen vào. "Robin và bà Hubbard nói rất đúng. Năm 1944, những ngôi nhà rất khác biệt so với bây giờ, và Goldilocks không nên tự bịa đặt. Bạn cần phải nghiên cứu kỹ. Đây là một điều rất quan trọng, bởi vì sẽ có rất nhiều hành động diễn ra trong căn nhà của Elise, và cách mà ngôi nhà được bố trí sẽ quyết định những hành động nào có thể khả thi."

Goldilocks bắt đầu hiểu ra. "À, bởi vì tôi có một cảnh đánh nhau trong bếp. Nếu không có khoảng trống thoải mái, tôi khó mà khiến họ vật lộn với nhau."

"Chính xác," Gấu Baby đồng ý.

"Ôi trời! Có nhiều việc phải làm quá," Goldilocks nói.

"Thật ra chúng ta đã bắt tay vào rồi," Gấu Baby nói. "Có lẽ chúng ta nên nhờ Sói Big Bad giúp bạn có thêm vài ý tưởng về—"

Gấu Baby dừng lại đột ngột. Chú ta nhìn khắp phòng với một biểu hiện lạ thường trên gương mặt.

Goldilocks cũng đứng dậy và nhìn tới góc phòng phía xa, nơi mà Sói Big Bad trước đó còn nằm ngáy.

Sói Big Bad đã biến mất.

Căn phòng trở nên yên lặng trong một khoảnh khắc.

Vang vọng đâu đó có một âm thanh lên xuống, ngày càng to hơn.

Trái tim của Goldilocks bắt đầu đập rộn ràng trong lồng ngực cô.

Âm thanh xa xăm đó là tiếng xe cứu thương.

Chương 13
THẢM HỌA THỨ BA

"Mọi người hãy ngồi yên!" Gấu Baby nói. "Tôi cần kiểm tra vài thứ." Chú ta chạy nhanh về phía lối ra và mở tung cánh cửa.

Tiếng hú của xe cứu thương tràn vào phòng.

Gấu Baby phi nhanh ra ngoài sảnh và không quên đóng sầm cửa lại.

Cả lớp học nhốn nháo.

Goldilocks cảm thấy đầu mình như bị nhồi đầy cát.

Một ai đó chạm vào vai cô. Đó là bà Hubbard. "Cháu yêu, cháu có thể nói tốt về ta với anh bạn dễ thương Sói Big Bad được không? Ta hy vọng anh ta có thể để ý tới bản thảo của mình."

Goldilocks không biết nói gì cả. "Có ai thấy Sói Big Bad đi đâu không?"

"Tất cả chúng tôi đều tập trung vào cô," Robin nói. "Goldilocks à, cô là một cô gái làng chơi hoàn hảo đấy."

Tiếng còi xe cảnh sát hú lên từ phía xa xăm, hướng về phía họ.

Goldilocks linh cảm rằng buổi sáng nay sẽ đi tong.

Cánh cửa chợt mở tung và Gấu Baby lật đật chạy vào. "Tôi có một hung tin. Đã có một vụ giết người ở quán cà phê. Heo Little bị sát hại. Gấu Papa bắt được một nghi phạm."

"Ai vậy, bạn hiền?" Robin nói. "Tôi dám cá đó là Sói Big Bad phải không?"

Gấu Baby ngập tràn nước mắt. "Tôi ... không thể nào tin được. Tôi dám chắc anh ấy đã cải tà quy chánh."

Goldilocks thở dốc. "Ôi trời ơi!" Cô cảm thấy toàn thân tê liệt. Chuyện này không thể nào là sự thật. Cô biết rõ về Sói Big Bad. Anh ấy rất tốt bụng. Cô biết rằng đôi khi anh ta có thể nói những câu mang tính đe dọa, nhưng chỉ là đùa thôi.

Bà Hubbard bắt đầu nấc nhẹ. "Heo Little còn trẻ và rất tốt bụng."

Đột nhiên cả lớp đứng dậy, tràn ra khỏi phòng.

Goldilocks cũng tự động chạy theo.

"Từ từ đã, mọi người ơi!" Gấu Baby hét lên. "Cảnh sát sẽ cần lời khai của các bạn."

Nhưng chẳng có ai lắng nghe.

Có ai đó đẩy Goldilocks từ phía sau.

Cô ấy ngã ra sàn.

Một bàn tay đã tóm được Goldilocks và kéo cô ấy sang một bên, thoát khỏi hàng người đang dẫm đạp.

Trong một khoảnh khắc, căn phòng trở nên trống rỗng, ngoại trừ Goldilocks và Gấu Baby.

"Cảm ơn anh đã cứu tôi," Goldilocks nói.

Cánh cửa lại bật mở, Gấu Mama lảo đảo chạy vào. "Ôi, thật là kinh hãi! Mẹ không thể nào tin được. Mẹ đã linh cảm con không nên mời con sói tồi tệ đó trợ giảng cho mình, Gấu Baby à. Con biết rõ gia cảnh của hắn mà, chưa kể là tiền án của hắn nữa. Và giờ thì nhìn này," bà vung tay vung chân loạn xạ và bắt đầu khóc nức nở.

Gấu Baby lắc đầu, không giấu nổi vẻ bối rối trên gương mặt. "Con không thể tưởng tượng nổi tại sao chuyện này lại có thể xảy ra. Rõ ràng là Sói Big Bad đang ngủ ở góc phòng. Có lẽ cậu ta đã lẻn ra ngoài trong lúc con đang tập trung nói chuyện với Goldilocks."

"Ôi giời, chuyện này tệ quá, tệ quá!" Gấu Mama hét lên và sau đó lau mũi bằng mu bàn tay. "Cảnh sát đang tra khảo Sói Big Bad ngay lúc này. Mọi thứ sẽ hỏng bét nếu họ phát hiện ra chính con đã mời hắn đến."

Goldilocks bắt đầu run rẩy. "Anh có nghĩ là ... Sói Big Bad đã thực sự giết Heo Little?"

Gấu Baby nhét laptop vào balo. "Gấu Papa rất quyết đoán và không có lầm đâu. Nếu ông ấy bắt giữ Sói Big Bad thì ... khả năng rất cao là cậu ta có tội."

"Nhưng anh thực sự nghĩ gì?" Goldilocks nói. "Liệu Sói Big Bad có thể làm điều đó hay không?"

"Tôi ... không biết," Gấu Baby nói. "Cậu ta là một con sói biết cư xử, nhưng vẫn là sói. Cậu ta từng bị kết tội giết anh em của Heo Little trước đây. Và Gấu Papa nói rằng đã tận mắt bắt gặp cậu ta với đôi tay vấy máu. Một chứng cứ rất hùng hồn."

"Ôi dào, chứng cứ," Gấu Mama nói. "Con cảm thấy gì? Từ đáy lòng con biết rằng hắn là tên giết người có phải không?"

Khuôn mặt của Gấu Baby trở nên buồn rầu. "Có thể ạ," chú ta nói với giọng rất nhỏ. "Con ghét phải thừa nhận, nhưng đúng là con nghĩ cậu ta đã tái phạm."

Goldilocks lấy tay quạt quạt gương mặt mình. Nếu ngay cả Gấu Baby cũng nghĩ Sói Big Bad đã làm điều đó, thì cô phải đối mặt với sự thật thôi. Sói Big Bad đích thị là hung thủ.

Giám đốc trung tâm bước vào. Đó là một người phụ nữ mập lùn, mái tóc xám và gương mặt nghiêm khắc. "Tất cả mọi người sẽ được hỏi cung. Cảnh sát muốn biết mọi người đã thấy những gì và khi nào."

Goldilocks và hai mẹ con nhà gấu đi ra ngoài sảnh, hướng về phía cửa. Ở bên ngoài, một vài chiếc xe cảnh sát đang đậu lộn xộn gần quán cà phê, nhấp nháy đèn xanh đỏ. Những dải băng cảnh án màu vàng chặn trước cửa quán cà phê cũng như ở khu vực sân vườn.

Goldilocks tiến lại gần để xem chuyện gì xảy ra.

Một đám đông lớn đang tập trung ở đó, nhìn ngó và xì xào bàn tán.

Gấu Papa đang bị cảnh sát vây quanh. Giọng bác ta vang lên sang sảng. "Tôi đã nói với các người tới sáu lần rồi. Tôi vào mua cà phê, ngay khi ra cửa tới sân vườn, đã thấy Heo Little nằm đó trên sàn bê tông, và đã bị đâm chí tử. Máu me be bét khắp nơi và có dấu chân sói ngay cạnh. Tôi đã chạy ngay đến tòa nhà trung tâm hội thảo và thấy Sói Big Bad đang rửa tay ở phòng vệ sinh nam."

Hai cảnh sát lực lưỡng bước ra khỏi quán cà phê, dẫn Sói Big Bad theo sau. Anh ta đang bị còng tay, và áp giải bởi hai cảnh sát khác nữa đang cầm súng đằng sau.

Đôi mắt của Sói Big Bad sưng đỏ, khuôn mặt anh ta nhìn tê dại vì sợ hãi.

Goldilocks nghĩ rằng có thể anh ấy đã khóc.

"Mọi người dẹp ra nào, không có gì để nhìn đâu," một cảnh sát nói, rồi dẫn cả nhóm tới một chiếc xe cảnh sát và mở cửa sau.

Sói Big Bad lảo đảo bước đi trong trạng thái lơ ngơ.

Một cảnh sát dùng tay ấn đầu Sói Big Bad vào xe. Hai cảnh sát còn lại ngồi vào hàng ghế phía sau. Hai người khác ngồi ở ghế trước.

Còi hú lên và chiếc xe bắt đầu lăn bánh qua đám đông.

"Anh ấy ... Tôi không nghĩ là anh ấy làm điều đó," Goldilocks nói. "Mọi người có thấy vẻ mặt anh ta không?"

"Tôi đã chứng kiến tận mắt," Gấu Papa càu nhàu. "Nếu có một vẻ mặt tội lỗi hoàn hảo đại diện cho loài sói, thì chính là nó đấy."

Gấu Mama tham gia vào cuộc trò chuyện, toàn thân bà ấy run rẩy kèm theo những tiếng nấc. "Khủng khiếp, khủng khiếp quá! Nếu như mọi người biết được con trai chúng ta có quen hắn, thanh danh nhà ta sẽ bị hủy hoại mất!"

Gấu Baby nhăn mặt nhìn mọi người. "Thanh danh nhà ta sẽ bị hủy hoại ư? Thật là vô nghĩa. Người có thanh danh bị hủy hoại ở đây là Sói Big Bad. Cậu ta đã làm việc chăm chỉ để xây dựng danh sách khách hàng. Và bây giờ cậu ấy sẽ phải vào tù. Chắc chắn là sẽ không bao giờ có cơ hội thoát ra sau lần tái phạm này."

"Nhưng mà ... làm sao chúng ta biết chắc anh ta đã làm điều đó?" Goldilocks nói.

Cả gia đình gấu nhìn cô.

Goldilocks cảm thấy mình thật là ngớ ngẩn, nhưng cô phải nói lên chính kiến của mình. "Điều gì xảy ra nếu anh ta vô tội?" cô nói.

Gấu Papa lắc đầu. "Quý cô Goldilocks, rõ ràng là cô còn non trẻ và thiếu kinh nghiệm. Nếu có điều gì đó chắc chắn, thì đấy là Sói Big Bad đã giết Heo Little."

"Ôi, nếu như con đã không mời con sói khủng khiếp đó đến hội thảo!" Gấu Mama xua tay, nói với Gấu Baby.

"Ờ thì, sao mà con biết được cậu ta sẽ giết Heo Little?" Gấu Baby nói trong giận dữ. "Con nghĩ rằng cậu ta đã cải tà quy chánh."

"Hắn ta là một con sói, con trai à," Gấu Papa nói. "Sói không thay đổi. Nếu đã tệ hại thì sẽ mãi mãi như vậy. Trời sinh ra thế, không gì có thể thay đổi được."

Khi nói điều đó, Gấu Papa đã nhìn vào Goldilocks.

Goldilocks cảm thấy cơn tội lỗi trong mình trào dâng và khiến cô muốn bùng nổ.

"Mà trông cháu quen lắm," Gấu Mama nói. "Ta đã nhìn thấy cháu ở đâu đó rồi thì phải?"

Goldilocks cảm thấy người mình nóng bừng. "Cháu ... cháu đã ở buổi chuyên đề của bác một ngày trước đó, mà bác đã nói về cách viết thuận theo tự nhiên."

"À," Gấu Mama nhìn cô với ánh mắt hoài nghi. "Không, ta thề rằng ta đã từng thấy cháu ở đâu đó từ lâu lắm rồi cơ."

Goldilocks muốn độn thổ ngay lập tức, nhưng cô đã trốn tránh cả cuộc đời mình rồi và cô đã cảm thấy thật mệt mỏi. “Cháu ... cháu muốn thú nhận điều này. Nhiều năm trước, cháu đi dạo trong rừng và thấy một túp lều nhỏ. Cháu đã lẻn vào trong. Do đói quá nên cháu đã ăn một chút. Rồi cháu cũng lỡ làm gãy một chiếc ghế, và ngủ trên một chiếc giường.”

“Chính là cô!” Gấu Papa thốt lên. “Cô chính là kẻ tội phạm đó!”

“Cháu ... cháu muốn sửa chữa lỗi lầm,” Goldilocks nói. “Cháu sẽ trả tiền cho những thiệt hại.”

“Ta phải báo họ giam ngay cô mới được,” Gấu Papa nhìn quanh, vẫy tay gọi những người cảnh sát còn ở hiện trường, nhưng không một ai để ý họ cả.

Goldilocks cảm thấy ớn lạnh như mới bị dội một bình nước đá.

“Này Gấu Papa,” Gấu Mama tiến đến và ôm chầm lấy Goldilocks. “Đây chỉ là một cô gái trẻ, đã sống với cảm giác tội lỗi rất nhiều năm, và chắc chắn cô bé sẽ đền bù thiệt hại. Đó là điều mà ai cũng muốn.”

“Có lẽ bạn ấy đã có một tuổi thơ dữ dội,” Gấu Baby nói. “Có thể bị đói, bị lạc, hoặc là sợ gấu. Có thể có rất nhiều lý do mà đã khiến bạn ấy làm điều đó.”

“Hừm! Đáng ra cô phải ngồi tù,” Gấu Papa hậm hực nói với Goldilocks.

“Cháu đã ăn năn về điều mình làm,” Goldilocks nói. “Cháu chắc chắn sẽ đền bù.”

“Ồ đương nhiên rồi, hóa đơn sửa chữa thời đó tôi vẫn còn giữ đấy,” Gấu Papa nói. “Nó nằm trong một tệp hồ sơ ở văn phòng. Cô biết đấy, nó bao gồm nhiều khoản phải chi trả do thiệt hại gây ra bởi tội phạm.”

"Ôi ... cháu cảm thấy rất đáng tiếc về điều đó," Goldilocks nói.

"Không sao đâu," Gấu Mama đập mạnh tay lên lưng cô. "Nếu cháu biết một số trò lố mà Gấu Baby cũng đã làm khi còn bé—"

Gấu Baby hắng giọng. "Goldilocks à, nếu bạn nghĩ rằng Sói Big Bad không phải thủ phạm, thì hãy ghé thăm và lắng nghe câu chuyện của cậu ta. Bởi vì bây giờ, chỉ có bạn là người duy nhất tin rằng cậu ta vô tội."

Cô gật đầu. "Tất nhiên rồi. Tôi xin lỗi vì sẽ lỡ lớp học của anh sau bữa trưa."

"Sẽ chẳng còn lớp học nào chiều nay đâu," Gấu Mama nói. "Ta đã nói với giám đốc trung tâm, và họ đã quyết định hủy bỏ tất cả các buổi chuyên đề chiều nay. Cảnh sát sẽ cần nói chuyện với tất cả mọi người, đặc biệt là con đấy, Gấu Baby ạ."

Gấu Papa nhăn mặt. "Con phải biết rằng hắn ta có gia cảnh thế nào. Giết người nằm trong gen trong máu rồi. Con không thể thay đổi bản chất."

Goldilocks không tin vào những điều bác gấu nói lắm. Cô tin rằng nếu con người có thể thay đổi, thì con sói cũng có thể.

Cô phải ghé thăm Sói Big Bad và lắng nghe câu chuyện dưới góc nhìn của anh ta.

Chiều hôm đó, Goldilocks đã tới thăm Sói Big Bad ở nhà tù địa phương, và cô đã phải chờ rất lâu. Có một nữ cảnh sát khó ưa đã lục soát cô rất kỹ để tìm vũ khí, trước khi cho phép cô vào phòng thăm tội nhân.

Goldilocks ngồi trên một chiếc ghế nhựa cứng, đối diện cô là tấm kính cao tới trần nhà, vừa ngăn căn phòng ra làm đôi, vừa xẻ dọc cái bàn làm từ formica rẻ tiền. Căn phòng trống rỗng và có mùi như ai đó đã bỏ quên đôi tất của mình sau khi tập gym.

Goldilocks đợi khoảng 15 phút trước khi cửa mở.

Sói Big Bad bước vào trong bộ đồ màu cam, tay bị còng, chân bị xích, mắt nhìn chằm chằm xuống sàn. Gương mặt của anh ấy trông rất thảm hại, nhưng nó đã tươi tỉnh hơn khi nhận ra cô.

"Ồ, hóa ra là cô," anh cúi đầu. "Tôi xin lỗi. Chắc hẳn cô nghĩ tôi là người tệ hại lắm."

Goldilocks đã muốn ôm anh ta. "Tôi nghĩ anh là một người tử tế và tốt bụng. Tôi nghĩ người ta đã mắc sai lầm lớn. Tôi không tin rằng anh đã giết Heo Little."

Ngay lập tức, đôi lông mày của Sói Big Bad nhấc lên. "Cô không tin ư?"

"Chắc chắn là không rồi. Anh không thể nào làm được điều đó. Anh không phải là thể loại sói đó."

"Tôi không có khả năng thanh minh. Cô nghĩ điều gì khiến tôi vô tội?"

"Bởi vì anh là người tốt," Goldilocks nói. "Anh quan tâm đến mọi người. Anh đã giúp mọi người với tác phẩm của họ. Tôi biết anh có nói về việc ăn thịt heo, nhưng chỉ là nói đùa thôi. Cho nên, hãy nói cho tôi nghe điều gì đã thực sự xảy ra."

"Tôi đã ngủ say và gặp ác mộng," Sói Big Bad nói. "Heo Little đưa ra một bình luận ác ý về tôi. Bà Hubbard già nua đang phàn nàn về cái tủ chén rỗng. Một vài kẻ ngu ngốc trong bộ đồ Robin Hood đang giở trò thô lỗ với vài cô gái. Sau đó, tôi tỉnh dậy và muốn đi vệ sinh. Rồi tôi nghĩ mình sẽ làm một ly cà phê sữa thật lớn và—"

"Tôi hiểu rồi, hiểu rồi," Goldilocks nói.

"Gấu Baby đã cho cô lên ghế nóng để bàn về thứ gì đó. Tôi lẻn qua cửa sau để tới phòng vệ sinh. Và trong khi tôi đang rửa tay, Gấu Papa xuất hiện và nhìn thấy tôi. Bác ta bắt đầu nói những thứ kinh khủng. Sau đó, đè tôi ra sàn, gọi 911. Điều tiếp theo mà tôi nhận ra đó là cảnh sát đã có mặt. Họ đưa tôi đến quán cà phê khu vực sân vườn. Họ yêu cầu tôi nhìn vào xác của Heo Little tội nghiệp, đã bị đâm đến chết ở góc sân, nằm giữa một vũng máu và bắt đầu quát tôi."

Hai hàng nước mắt bắt đầu lăn trên khuôn mặt của Sói Big Bad. "Họ đã hỏi tôi có biết điều gì xảy ra với nạn nhân không, rồi tôi có biết kẻ sát nhân là ai không. Họ cố gắng khiến tôi nhận tội trước khi chính thức bắt giữ và đọc lên quyền công dân của tôi. Nhưng tôi không có gì để thú nhận. Họ đã đưa tôi đến đây và dành 2 tiếng liền để tra khảo."

"Thật là khủng khiếp," Goldilocks nói.

"Có ai trong phòng đã thấy tôi lúc rời đi không?" Sói Big Bad hỏi. "Vì Gấu Papa đã bắt gặp tôi chỉ trong khoảng một đến hai phút sau đó."

Goldilocks lắc đầu. "Tôi đã không thấy. Gấu Baby cũng không thấy. Lúc đó, tất cả mọi người đều đang tập trung vào chúng tôi. Nhưng tôi sẽ hỏi loanh quanh xem mọi người có ai thấy anh không."

"Mọi chứng cứ đều chống lại tôi. Dù chúng chỉ là những mảnh ghép vụn vặt, nhưng tôi không có lời biện hộ nào, và tôi cũng đã từng có tiền án. Tôi sẽ chẳng có cơ hội nào. Không ai thèm lắng nghe tôi, ngay cả tay luật sư cũng chẳng thể tin tôi."

"Có tôi tin anh," Goldilocks đứng dậy và tiến sát tấm kính ngăn nhất có thể. "Phải có một cách nào đó chứng minh anh vô tội, và tôi sẽ tìm ra nó."

"Cô có chắc chắn mình muốn làm điều đó không?" Sói Big Bad nói. "Vì nó có thể hủy hoại thanh danh của cô đấy. Mọi người sẽ hoài nghi tại sao cô lại đứng về phía tôi. Mọi người sẽ bàn tán về cô, và thậm chí bắt đầu nhìn vào quá khứ của cô và—"

"Tôi không quan tâm người khác nghĩ gì!" Goldilocks nói. "Tôi chỉ định làm những điều mà tôi nghĩ là đúng đắn, và nếu mọi người nghĩ xấu về tôi, thì đó là vấn đề của họ."

Sói Big Bad nhìn cô. Một ánh nhìn đầy ngưỡng mộ rực lên trong đôi mắt anh. "Cô đã ... thay đổi, Goldilocks à. Mới cách đây vài ngày, cô thường cho phép ý kiến của người khác tác động đến mình."

"Tốt hơn hết là anh nên tin rằng tôi đã thay đổi. Khi anh bắn Gấu Baby, tôi đã quyết định rằng không gì có thể ngăn trở mình trở thành một nhà văn. Khi Heo Little nói anh sẽ ngăn cản tôi, tôi nhận ra mình phải vùng lên đấu tranh cho câu chuyện của mình, dù có thể đánh mất cơ hội làm việc với một nhà đại diện nổi tiếng."

Sói Big Bad bắt đầu đếm ngón tay. "Đó là hai thảm họa. Bây giờ là thảm họa thứ ba ... Tôi đã bị cáo buộc tội giết người, và cô cam kết sẽ bảo vệ tôi bằng bất cứ giá nào. Cô đang cảm thấy thế nào?"

"Khiếp hãi," Goldilocks nói. "Hào hứng. Ngu ngốc. Sẵn sàng xả thân vào trận mạc và chiến thắng."

"Hãy ghi nhớ cảm xúc đó," Sói Big Bad nói. "Hãy khắc ghi vào trong tim. Đó chính xác là cảm giác của Elise trong thảm họa số 3, khi cô ấy muốn cứu Monique, và Dirk bị thương nặng. Cô ấy có thể chạy trốn, nhưng cô ấy đã quyết tâm làm nổ kho đạn để quân đồng minh giành chiến thắng. Cô ấy cam kết đi đến cuối cùng, một cái kết vui vẻ, đau buồn hoặc là cay đắng."

Goldilocks cảm thấy run rẩy. "Câu chuyện của Elise cũng giống câu chuyện của tôi phải không?"

"Đó là mục đích của câu chuyện," Sói Big Bad nói. "Câu chuyện dạy cho cô cách làm mọi việc đúng đắn. Bằng cách hóa thân vào nhân vật làm điều đúng đắn, cô luyện tập trí não cảm xúc của mình phát triển, để sau này có thể làm những điều đúng đắn cho chính mình."

Một người lính gác xuất hiện ở cửa và chọc ngón tay vào Goldilocks. "Hết giờ rồi!"

Goldilocks đứng dậy và tiến về phía cửa, sau đó cô ấy quay lại và tặng cho Sói Big Bad một nụ hôn gió. "Tôi sẽ không làm anh thất vọng."

Anh ta gượng cười. "Cho dù làm được hay không, cô vẫn đã chiến thắng rồi."

Người lính gác kéo Goldilocks ra ngoài và cánh cửa sắt đóng sầm lại.

Goldilocks không thể nào quên được ánh nhìn đau khổ trên gương mặt Sói Big Bad. Anh ta rất tự hào vì sự giúp đỡ của cô, nhưng có một điều rõ ràng là anh ta đang nghĩ cô sẽ thất bại.

Chương 14
DANH SÁCH PHÂN CẢNH

Tối đó, sau khi cho lũ trẻ đi ngủ, Goldilocks đã ngồi thao thức cả đêm. Liệu có cách nào chứng minh Sói Big Bad không phải là thủ phạm sát hại Heo Little?

Cô mở laptop ra và bắt đầu gõ phím.

Đầu tiên, cô viết một bản mô tả nhân vật về Sói Big Bad. Mục tiêu của anh ta là trở thành nhà đại diện văn học vĩ đại nhất thế giới. Từ đó, cô đoán ra tham vọng của anh ta là trở thành một người quan trọng trong giới văn chương. Còn về các giá trị, cô chưa rõ ràng lắm, nên cô đưa ra một vài phỏng đoán.

Không gì quan trọng hơn sinh tồn.
Không gì quan trọng hơn danh dự.
Không gì quan trọng hơn việc giúp người khác.

Và cô ấy đã không thể nhìn ra sự liên kết giữa những giá trị này với việc sát hại Heo Little.

Tuy nhiên, đó không phải là một bằng chứng. Đó chỉ là một phán đoán cảm tính đến từ bộ não nhà văn mơ mộng của cô ấy, cũng tương tự như Gấu Mama vậy.

Gấu Papa thì có vẻ nhìn mọi việc một cách lý tính hơn. Bác ấy có thể sẽ lập một đề cương chi tiết về câu chuyện cuộc đời Sói Big Bad.

Goldilocks bắt đầu đánh máy một bản tóm tắt những sự kiện xảy ra trong đời Sói Big Bad:

> Lớn lên và biết rằng có một người chú trong nhà đã ăn thịt bà của cô bé quàng khăn đỏ. Đi tù bởi vì lời vu cáo của Heo Little. Sống trong sự sợ hãi những tên côn đồ. Học cách cứng cáp hơn để tồn tại. Cuối cùng được ra tù sớm. Sống lang bạt trên đường phố. Quyết định trở thành một nhà đại diện văn học. Tham gia hội thảo viết lách. Trợ giảng cho Gấu Baby. Cãi nhau với Heo Little ở trong quán cà phê.

Goldilocks lắc đầu. Bản tóm tắt của cô tập trung vào hành động. Nó đã không giúp cô nhìn thấu tâm can của Sói Big Bad. Có một khoảng cách lớn giữa các sự kiện, và thiếu đi sự kết nối.

Đêm đã khuya, cô cảm thấy rất đau đầu mà lại chợt nhận ra rằng mình đã chưa làm bài tập. Cô khao khát có giấc ngủ say và quên đi mọi chuyện. Nhưng cô cũng cảm thấy khó cưỡng lại việc trở thành tiểu thuyết gia. Cô muốn hoàn thiện bản thảo. Cô muốn Sói Big Bad trở thành đại diện của mình.

Cô biết điều đó nghe thật là ngờ nghệch, vì ai cũng nói anh ta là kẻ sát nhân. Nhưng cô không thể nào lay chuyển được niềm tin từ sâu thẳm trong mình rằng anh ấy là người tốt. Ngay ngày hôm nay thôi, anh ấy đã quan tâm về thanh danh của cô ấy hơn là của anh ta.

Goldilocks cảm thấy rất mệt, nhưng cuối cùng thì cô đã mở bàn thảo của mình lên. Cô áp dụng phương pháp Hoa Tuyết để biến một trang tóm tắt thành tận 4 trang chi tiết. Sau đó, cô nhanh chóng tạo ra từ điển nhân vật cho các nhân vật chính.

Khi cô ấy hoàn thành và ngẩng đầu lên, thì đã 3 giờ sáng, đầu óc cô trở nên mụ mị. Cô lết về giường và lăn ra ngủ say như chết.

Ánh bình minh của ngày hôm sau đến nhanh hơn mọi khi. Goldilocks ăn vội bữa sáng, đưa lũ trẻ đến trường và phi như bay tới trung tâm hội thảo. Ấy thế mà, cô vẫn vào lớp muộn 5 phút.

Gấu Baby nhăn nhó nhìn cô. “Ồ, *cuối cùng* thì mọi người cũng có mặt đông đủ. Hãy bắt đầu thôi. Nhưng đầu tiên, hãy nói một chút về những gì xảy ra hôm qua. Có vẻ như tôi đã phạm một sai lầm khủng khiếp khi mời Sói Big Bad trợ giảng. Tôi nghĩ cậu ấy đã cải tà quy chánh, nhưng tôi đã nhầm. Tôi sẽ không biết mình có thể tha thứ được cho bản thân hay không, khi biết mình chịu một phần trách nhiệm cho cái chết của Heo Little.”

“Anh không thể biết chắc được,” Goldilocks nói. “Sói Big Bad khẳng định mình không phải thủ phạm.”

“Tất nhiên rồi, hắn ta sẽ chẳng bao giờ thừa nhận,” Robin Hood nói. “Thứ hắn ta thừa nhận duy nhất sẽ là hắn ta đã không làm gì cả. Nhưng chúng ta biết chắc hắn từng sát hại anh em nhà heo trước đây."

"Anh ta đã bị gài bẫy lần đó, và lần này ai đó lại giở trò vu khống cho anh ta," Goldilocks gân cổ cãi.

"Ồ, đúng, nghe logic lắm," Robin Hood mỉa mai.

"Tôi nghĩ hơn ai hết, anh phải hiểu rõ," Goldilocks nói. "Đã bao giờ quận trưởng Nottingham cáo buộc anh làm điều gì đó mà anh đã không làm?"

Robin Hood há hốc miệng. "Lúc nào mà chả như thế. Hắn ta là kẻ thống trị, chuyên áp bức."

"Đúng rồi, vậy điều gì xảy ra nếu Sói Big Bad cũng bị ai đó áp bức như vậy? Cũng có thể lắm chứ?"

Robin Hood nhìn cô. "Tôi cho là thế, đó là cách mà những kẻ thống trị—áp bức lẫn nhau. Về Heo Little, nếu hỏi tôi, thì tôi cho rằng ông ta đã làm những việc mờ ám. Chúng ta biết gì về Heo Little nào?"

Gấu Baby bắt đầu đi lại. "Heo Little là một doanh nhân giàu có. Bác ta bắt đầu sự nghiệp nhiều năm về trước cùng hai người anh em. Sau cái chết thảm hại của họ, bác ta đã nắm toàn bộ công ty. Bác ta không có con nhưng có một người cháu, một thanh niên từ New York, cũng mới tới thị trấn và yêu cầu tử hình Sói Big Bad."

"Không có nhân chứng nào sao?" Goldilocks hỏi. "Như là máy quay an ninh ở tiệm cà phê chẳng hạn?"

Gấu Baby lắc đầu. "Có một cái máy quay nhỏ đặt ở sân vườn, nhưng nó đã bị hỏng. Trung tâm thì không có máy quay và cũng chẳng có nhân chứng nào."

"Sói Big Bad nói rằng anh ấy chỉ mới rời đi trong 1 đến 2 phút ngay trước khi Gấu Papa nhìn thấy anh ta trong phòng vệ sinh," Goldilocks nói. "Khoảng thời gian đó chắc chắn không đủ để giết Heo Little. Gấu Papa đã ở quán cà phê và chắc hẳn là đã nhìn thấy thủ phạm thực sự."

Robin Hood rút ra một mũi tên và dùng ngón tay của mình gõ nhẹ vào đầu mũi tên. "Chúng ta không có bằng chứng về thời điểm Sói Big Bad ra ngoài. Có ai nhìn thấy hắn ta bước ra không?"

Cả phòng ai cũng lắc đầu.

"Ồ, tôi e ngại rằng chính tiền án của anh ta mới là vấn đề," bà Hubbard nói. "Nếu bạn hỏi tôi, cây đã cong thì khó mà mọc thẳng."

Gấu Baby nhìn Goldilocks một hồi. "Tôi ... cho rằng không phải ai cũng đồng ý điều đó. Nhưng sự thật là nếu không có chứng cứ rõ ràng, bất cứ một quan tòa nào cũng sẽ kết tội Sói Big Bad chỉ vì cậu ta là sói. Tôi biết đây là khoảnh khắc khó khăn, nhưng hãy tập trung vào vấn đề viết lách. Đã có ai xong bài tập về nhà chưa?"

Bà Hubbard giơ tay. "Tôi có viết một đoạn từ điển khá dài về nhân vật chính, một quả phụ thật thà và nghèo khổ. Tôi có một bản mô tả rất chi tiết về chiếc tủ chén của bà ta."

"Để tôi đoán xem nào," Robin Hood nói. "Nó trống rỗng phải không?"

"Anh thông minh quá!" bà Hubbard nói với giọng đầy ngưỡng mộ.

"Đó là một khởi đầu tốt," Gấu Baby nói. "Bà có làm việc với các nhân vật khác không?"

"Nhân vật khác là cái gì?" Bà Hubbard nói. "Tôi chỉ có một nhân vật thôi và toàn bộ câu chuyện nói về chiếc tủ trống rỗng của bà ấy."

"Bà đã viết bản tóm tắt bốn trang chưa?" Gấu Baby hỏi.

Bà Hubbard thở dài. "Gấu con à, cậu hỏi nhiều quá. Tôi đã có một bản tóm tắt dài hơn một trang. Và đó là tất cả những gì cậu có thể viết về một cái tủ chén."

"Vậy thì những gì bà đang có là một câu chuyện ngắn, hơn là một cuốn tiểu thuyết trọn vẹn," Gấu Baby nói. "Ai đã viết cả từ điển nhân vật lẫn bản tóm tắt bốn trang?"

Goldilocks giơ tay và nhìn quanh xem có ai giống mình hay không.

Chẳng ai giơ tay cả.

Bà Hubbard nhìn chằm chằm vào Goldilocks với ánh mắt kinh ngạc.

Robin Hood nhìn cô đầy trân trọng. Ánh mắt anh ta quét cô không sót chi tiết nào, bao gồm cả đôi chân thon dài, sau đó quay trở lại gương mặt. Anh ta nháy mắt, mỉm cười với cô.

Gấu Baby cau mày. "Có một lý do khiến chỉ có một vài nhà văn xuất bản được sách. Đó là các bạn cần kỷ luật bản thân. Đây là một công việc khó, nhưng nếu bạn không làm, thì bạn khó có thể trở thành dân chuyên. Rõ ràng là chỉ có một học viên đã làm những điều cần thiết, và trông cô ấy hơi mệt mỏi. Tôi định cho cô ấy nghỉ ngơi, nhưng có vẻ tôi không có lựa chọn nào khác. Goldilocks, xin mời bạn lên ghế nóng."

Khi bước đi về phía trước, Goldilocks cảm giác hơi lảo đảo. Cô cũng không chăm chút mái tóc của mình sáng nay, còn phần trang điểm thì qua loa. Có thể Gấu Baby sẽ nghĩ cô không chuyên nghiệp chút nào.

“Hãy để tôi xem qua phần bài tập của bạn,” Gấu Baby chỉ vào laptop của cô ấy.

Goldilocks đặt nó lên bàn. “Các văn bản của tôi đều được mở sẵn rồi.”

Gấu Baby lướt qua từ điển nhân vật và bản tóm tắt dài của cô. “Bạn đã làm khá tốt. Bản tóm tắt hơi ngắn một chút ở trang thứ ba. Tôi nghĩ bạn có thể phát triển nửa sau của hồi hai sâu sắc hơn. Phần kết đang hơi vội.”

“Tôi xin lỗi,” Goldilocks nói với giọng nhỏ nhẹ. “Tôi đã rất cố gắng để suy nghĩ xem làm sao để cứu Sói Big Bad, nên tôi chỉ bắt đầu làm bài tập từ nửa đêm tới 3 giờ sáng. Và tôi biết tất cả những gì mình viết ra thật là tệ, nhưng—”

“Bạn viết tất cả những thứ này sau nửa đêm ư?” Gấu Baby nói. “Điều đó thật—”

Sự ngạc nhiên bùng nổ khắp căn phòng.

“Tuyệt hảo!” một cô gái ở hàng sau thốt lên, lông mày cô ta có đeo khuyên. “Goldilocks à, cậu giống như một ngôi sao trên sân khấu viết lách vậy!”

“Goldilocks có một tinh thần làm việc xuất sắc,” Gấu Baby nói với cả lớp. “Đó là lý do tôi nghĩ khả năng cô ấy thành công sẽ rất cao. Với những gì mà cô ấy đã làm được chỉ trong một đêm muộn thế này, quả là xuất sắc. Sẽ có một vài thứ cần cải thiện, nhưng vì đây là ngày cuối của hội thảo, nên chúng ta cần phải đi nhanh hơn. Vì thế, hãy đến với bước số 8 trong phương pháp Hoa Tuyết. Chúng ta cần một danh sách phân cảnh cho cuốn tiểu thuyết của cô ấy.”

Goldilocks lại cảm thấy đau đầu. Còn việc phải làm ư? Thật chứ? Cô dùng tay để massage cổ vai gáy của mình. Chúng cảm giác rất cứng và đau.

"Bạn không sao chứ Goldilocks?" Gấu Baby hỏi.

"Tôi ... tôi cảm thấy rất tệ về tình hình của Sói Big Bad," Goldilocks nói. "Và đầu của tôi đau như búa bổ, vai và cổ cũng vậy. Tôi tự hỏi chúng ta còn bao nhiêu việc phải làm, trước khi tôi có thể thực sự bắt tay vào viết cuốn tiểu thuyết của mình?"

Gấu Baby tặng cho cô một cái nhìn đồng cảm. "Tôi hiểu bạn đang rất mệt và muốn bắt đầu viết ngay. Nhưng điều đó có thực tế hay không? Nếu bạn viết tiểu thuyết của mình ngay hôm nay, thì bạn sẽ viết gì vào trong phân cảnh đầu tiên?"

"Ôi không!" Goldilocks thốt lên, giọng đầy thất vọng. "Đó là vấn đề muôn thuở của tôi. Tôi không biết phải làm thế nào để vượt qua từ đầu tiên trong cuốn tiểu thuyết. Tôi luôn cho rằng mình là một nhà văn tệ hại." Goldilocks cảm thấy chán nản toàn tập, cô muốn bỏ cuộc và về nhà ngay lập tức.

"Bạn là một nhà văn tuyệt vời," Gấu Baby nói. "Tất cả những gì bạn cần chỉ là một chút hướng dẫn, và mọi thứ sẽ trở nên rõ ràng. Hãy nói về việc bạn sẽ bắt đầu câu chuyện của mình như thế nào. Nam chính, Dirk, sắp sửa bị gãy chân trong quá trình nhảy dù xuống vườn nhà Elise phải chứ?"

"Nhưng tôi không cần phải kể quá trình Dirk được huấn luyện để trở thành biệt kích sao?" Goldilocks nói. "Thế còn về cách mà Elise đã trở thành một góa phụ? Hay Henri đã lớn lên với mong muốn được tôn trọng?"

"Tất cả những thứ đó được gọi là tiền truyện," Gấu Baby nói. "Đó là những thông tin bạn cần phải biết để có thể hiểu những nhân vật của mình. Nhưng không nhất thiết độc giả cần phải biết chúng ngay. Bạn cần làm độc giả mục tiêu quan tâm đến câu chuyện chính, và sau đó họ sẽ khao khát muốn biết chuyện gì đã xảy ra trước đó. Câu chuyện chính của bạn bắt đầu từ khoảnh khắc mà Dirk gặp Elise."

"Ồ, Elise là nhân vật chính, vậy tôi có nên bắt đầu cảnh đầu tiên với cô ấy không?"

"Bạn hoàn toàn có thể," Gấu Baby nói. "Trông cảnh đó sẽ như thế nào?"

"Cô ấy, ừm, cô ấy cho con gái Monique đi ngủ, rồi ngồi lặng lẽ đan lát bên chiếc đèn dầu, sau đó cô cũng đi ngủ, khoảng 3 giờ sáng cô đã thức vì tiếng động bên ngoài. Cô bước ra vườn để xem thì thấy Dirk ở đó."

Gấu Baby nhìn khắp phòng. "Nghe có vẻ hấp dẫn nhỉ? Một buổi tối yên tĩnh như mọi đêm khác trong cuộc đời đơn độc của một góa phụ. Ai trong số các bạn thấy rằng mình có hứng thú đọc tiếp?"

Tất cả mọi người đều ngồi yên và nhìn vào tay họ. Chẳng ai nói gì cả.

Gấu Baby quay sang nhìn Goldilocks. "Có thể bạn nên bắt đầu câu chuyện với một cảnh của Monique. Bạn nghĩ sao?"

Goldilocks cười khúc khích. "Nhưng mà.. Bé Monique chỉ chơi đồ chơi cho đến giờ ngủ, rồi sau đó ngủ cả đêm. Sáng hôm sau, cô bé tỉnh dậy thì đã thấy Dirk ở trong nhà. Chuyện đó nghe có vẻ cũng không hấp dẫn lắm."

"Vậy thì chúng ta không thể bắt đầu chuyện bằng cô bé ấy rồi, phải không nào?" Gấu Baby nói. "Với Henri thì sao? Anh ta đang làm gì vào đêm mà Dirk tới?"

Goldilocks nhận ra cô đã chưa nghĩ nhiều về Henri, nhưng cô biết đó là một việc phải làm. Anh ấy là một nhân vật quan trọng. "Anh ta đã đến tán tỉnh Elise. Monique bắt anh ta chơi đồ chơi với bé cho tới lúc ngủ. Sau đó, Henri bắt đầu nói chuyện về chiến tranh, trong khi Elise ngồi bập bênh trên chiếc ghế cạnh đèn dầu và đan lát. Anh ta muốn cô ấy ngồi cạnh mình, nhưng cô ấy nói mình cần ngồi gần ánh sáng. Đến khoảng giữa đêm, anh ta quyết định về nhà và cảm thấy thất vọng, rồi tự hỏi liệu Elise có thực sự thích mình hay không."

Gấu Baby nhún cái vai đầy lông. "Có vẻ như cũng không hấp dẫn mấy, phải không?"

Goldilocks cảm thấy lạnh cóng, ruột cô đau thắt lại. Cuốn tiểu thuyết của cô có vẻ rất tuyệt vời cho đến khi cô bắt đầu viết cảnh đầu tiên, và giờ tự nhiên nó đã trở nên không thể nhạt nhẽo hơn.

"Hãy kể cho tôi về những gì mà Dirk trải qua tối hôm đó," Gấu Baby nói.

Goldilocks nghĩ một vài giây. "Đó là một đêm mưa lạnh. Anh ta và các biệt kích mặc đồ đen và vác trang thiết bị lên máy bay. Họ bay rất cao và nhanh để tránh súng phòng không của địch. Họ gần đến điểm nhảy dù thì bất ngờ một máy bay chiến đấu của Đức xuất hiện và săn đuổi, buộc họ phải nhào lộn để tránh đạn, nhưng vẫn bị bắn trúng phần cánh. Động cơ đã bốc cháy. Tất cả các biệt kích chạy ra cửa để tìm cách thoát thân. Dirk được đẩy ra ngoài đầu tiên. Ngay sau đó nửa giây, chiếc máy bay phát nổ trên đầu. Anh thấy từng mảnh máy bay và các thi thể rơi lả tả dưới ánh trăng, còn mình thì rớt vào một đám mây mù. Anh đợi lâu hết mức có thể trước khi mở dù để tránh hỏa lực dưới đất. Khi vừa thoát khỏi làn mây, thì anh chỉ còn cách mặt đất khoảng 300 mét. Anh kéo mạnh sợi dây dù, và nó giật anh lên một chút, nhưng vẫn bị trôi về phía một cái hàng rào. Anh cố gắng điều khiển dù để kịp đáp vào khu vườn trống, nhưng trời tối quá, anh đã tính sai điểm tiếp đất nên chân phải đã va chạm mạnh. Nó bị gập lại, anh đau điếng và bất tỉnh."

Căn phòng tuyệt đối yên lặng.

Goldilocks đã nhìn chằm chằm vào những móng tay lốm đốm vàng của mình trong khi nói. Rồi cô nhìn vào Gấu Baby.

Anh ta đang mỉm cười.

Cô nhìn cả lớp.

Họ chăm chăm nhìn cô.

"Thật là tuyệt vời," Gấu Baby nói. "Tôi nghĩ bạn đã có một cảnh mở màn vô cùng hấp dẫn. Nó bắt đầu bằng một mục tiêu rõ ràng, và sau đó là hàng loạt xung đột, rồi kết thúc bằng một trở ngại."

"Vậy thì tôi cần phải làm gì?" Goldilocks nói.

"Hãy mở Excel trên máy của bạn, và tạo ra một cột đầu tiên thật rộng. Sau đó điền vào những gì đã xảy ra trong phân cảnh ấy," Gấu Baby nói.

Goldilocks làm theo và bắt đầu đánh máy. "Nhưng mấy cái ô này chật quá, tôi không thể nào đưa tất cả mọi chi tiết vào được."

"Bạn có thể tóm lại cảnh đó trong một câu được không?" Gấu Baby nói.

"Vâng được chứ. Dirk và nhóm biệt kích của anh ấy bị bắn khi họ gần đến điểm nhảy dù, Dirk đã bị gãy chân khi nhảy xuống khu vườn nhà Elise."

"Như vậy có đủ để bạn nhớ lại mọi thứ lúc nãy mình đã kể không?"

"Tôi chắc chắn là sẽ nhớ được," Goldilocks nói. "Đó là một cảnh rất khó quên."

"Vậy thì bạn sẽ không cần viết chi tiết thêm nữa," Gấu Baby nói. "Bây giờ, bài tập về nhà của bạn là viết cho mỗi phân cảnh của cuốn tiểu thuyết một dòng tương tự như thế. Bạn có thể phân tích bản tóm tắt dài của mình đã tạo ra ở bước 6 của phương pháp Hoa Tuyết. Hãy tập trung vào những sự kiện đã xảy ra trong một khoảng thời gian ngắn—từ vài phút hoặc vài giờ. Hãy đơn giản là kể các sự kiện chính đã diễn ra trong mỗi phân cảnh."

"Đó quả là một công việc rất đồ sộ," bà Hubbard nói. "Sao không bắt đầu viết ngay?"

"Bà có thể bắt đầu viết nếu muốn," Gấu Baby nói. "Nhưng nếu bà không biết mình sẽ viết cái gì, thì việc tạo ra một danh sách phân cảnh sẽ giúp ích rất nhiều."

Goldilocks nhìn vào laptop mà cảm thấy không vui vẻ chút nào.

"Có vấn đề gì à?" Gấu Baby hỏi.

"Chỉ là ... Tôi ghét nhìn mấy cái bảng tính," Goldilocks nói. "Nó gợi lại cho tôi nhớ đến một công việc khủng khiếp trước đây mình từng làm. Tại sao không viết tất cả trên một văn bản word?"

"Đó là một câu hỏi rất hay," Gấu Baby nói. "Lý do là một lát nữa bạn sẽ bổ sung thêm một vài cột. Mỗi phân cảnh sẽ có góc nhìn của nhân vật, được gọi là POV, mà độc giả của bạn sẽ được nhập vai vào họ. Nên bạn sẽ cần thêm một cột nữa ở trên bảng tính để ghi chú xem cảnh đó sẽ diễn ra dưới góc nhìn của nhân vật nào."

Goldilocks tạo thêm một cột nữa ở bảng tính rồi đánh máy chữ "Dirk" ở ngay hàng đầu tiên của cột đó. "Liệu sẽ có thêm nhiều cột khác nữa không?"

"Tùy bạn thôi," Gấu Baby nói. "Bạn có thể thêm một cột để ghi chú lại số lượng từ dự kiến. Một cảnh ngắn có thể chỉ cần 500 chữ. Cảnh bình thường có thể lên tới cả ngàn chữ, và một cảnh dài có thể là 2.000, hoặc thậm chí 3.000 chữ."

"Tại sao phải quan tâm đến chúng?" Goldilocks hỏi.

"Bởi vì sau đó khi tính tổng lại, bạn có thể biết được cuốn sách của mình dài bao nhiêu."

Goldilocks nhìn anh ấy mà không thể tin nổi. "Điều này thật là điên rồ! Tôi ghét việc tính toán. Điều gì xảy ra nếu tổng số chữ ở một cảnh nào đó mà thay đổi, thì sẽ tôi lại phải ngồi tính lại tất cả?"

Gấu Baby thở dài. "Đó là lý do bạn dùng bảng tính. Khi thay đổi một con số nào đấy, bảng tính sẽ tự động tính lại phần tổng cho bạn. Nhờ thế, bạn sẽ luôn biết tiểu thuyết của mình dài bao nhiêu."

"Ồ, thật ... tuyệt," Goldilocks nói. "Anh là thiên tài, Gấu Baby ạ."

Gấu Baby nhìn xuống sàn và tỏ ra khiêm tốn. "Ưu điểm của bảng tính là bạn có thể thêm các cột khác nếu muốn, để giúp ghi chú và đánh dấu tiến trình. Bạn có thể ghi chú thêm mình đã dành bao nhiêu thời gian để viết cảnh đó, hoặc số chữ thực sự mình đã viết. Trong trường hợp nếu bạn viết một câu chuyện mà trục thời gian rất quan trọng, như là một vụ cướp ngân hàng, hoặc là vụ mưu sát bí ẩn, thì bạn có thể cần thêm một cột để ghi lại các mốc thời gian."

"Mốc thời gian là gì?" bà Hubbard hỏi.

"Đó là thời điểm chính xác mà cảnh đó diễn ra. Khi từng phút trong câu chuyện trở nên quan trọng, thì bạn sẽ muốn trục thời gian của mình phải thực tế và hợp lý. Các tiểu thuyết gia trinh thám bí ẩn thường cần trục thời gian để giúp cuốn tiểu thuyết trở nên mạch lạc."

Goldilocks cảm thấy tim mình bắt đầu đập loạn nhịp. Cô nhảy vội ra khỏi ghế, tóm lấy chiếc túi xách của mình và phi ra khỏi phòng.

"Goldilocks, quay lại!" Gấu Baby hét lên đằng sau.

Nhưng Goldilocks vẫn tiếp tục chạy.

Gấu Baby đã gợi ý cho cô một ý tưởng.

Và đó có thể là cách để chứng minh liệu Sói Big Bad đang nói dối hay nói thật.

Chương 15
MỤC TIÊU, XUNG ĐỘT, TRỞ NGẠI

Goldilocks phi như bay xuống sảnh chính, vội vã nhìn tờ lịch trình hội thảo. Cô lướt nhanh qua các chuyên đề hôm nay và đã thấy thứ mình cần. Gấu Papa đang giảng dạy về truyện cổ tích ở phòng 102B.

Cô xông vào phòng, hơi thở dốc, mặt đỏ bừng.

Gấu Papa nhìn cô nhăn nhó. “Goldilocks à, điều này có nghĩa là sao—”

“Điện thoại của bác,” Goldilocks nói. “Nó có mốc thời gian nào đánh dấu lúc bác gọi điện cho cảnh sát hôm qua?”

“Chắc chắn là có rồi, nhưng mà—”

“Xin bác, hãy cho cháu xem,” Goldilocks nói. “Cháu nghĩ là có thể chứng minh Sói Big Bad vô tội.”

Gấu Papa lắc đầu. “Hắn ta không vô tội. Tôi đã bắt quả tang tại trận. Hắn lúc đó đang rửa tay ... có thể là để xóa vết máu.”

"Bác có nhìn thấy chút máu nào ở bồn rửa không?"

Gấu Papa suy nghĩ một lúc. "Không—"

"Bác có nhìn thấy chút máu nào trên lông anh ta không?"

Có một khoảng lặng dài. "Không."

"Xin bác, chỉ cần cho cháu xem cuộc gọi trên điện thoại bác lúc báo cảnh sát là được."

Gấu Papa thở dài. "Cô quả là một phụ nữ cứng đầu." Bác ta rút điện thoại ra và chạm vào màn hình trong vài giây. "Đây nè. Tôi đã gọi chính xác vào lúc 9 giờ 43 phút sáng. Nhưng điều này thì có ích lợi gì cơ chứ?"

"Nó sẽ cho chúng ta biết mốc thời gian," Goldilocks nói. "Nếu nó xảy ra trước khi Heo Little bị sát hại—"

Gấu Papa nhìn chằm chằm vào cô.

Goldilocks đột nhiên nhận ra cô đã chưa suy nghĩ thông suốt. Gấu Papa đã bắt gặp Sói Big Bad sau khi ông ta nhìn thấy thi thể của Heo Little, một mốc thời gian diễn ra sau khi hung thủ ra tay, tất nhiên sẽ trở nên vô dụng. Cô lắc đầu. "Cháu xin lỗi, cháu thật là ngu ngốc. Cháu chỉ nghĩ là—"

Một cô gái trong lớp của Gấu Papa bắt đầu thì thầm với cô gái khác cạnh đó. Rồi cả hai bọn họ trố mắt nhìn Goldilocks và cùng tặng cho cô nụ cười khinh khỉnh.

Goldilocks xấu hổ muốn chết. Nhưng điều đó sẽ không giúp ích gì cho Sói Big Bad. Cô cần phải tiếp tục nỗ lực. "Vậy xin bác cho cháu biết khoảng thời gian chính xác mà bác đã nhìn thấy Heo Little bị sát hại trong quán cà phê?"

Đôi lông mày to rậm của Gấu Papa nhíu lại. Cuối cùng thì bác ta bắt đầu lục ví của mình. "Tôi biết là nó cũng vô dụng thôi, nhưng ngay sau thời điểm tôi tìm thấy Heo Little, tôi còn giữ tờ biên lai của quán, nó tính vào công tác phí, và ... À, nó đây rồi."

Goldilocks nghiên cứu tờ biên lai rất kỹ. "Bác đã mua cà phê lúc 9 giờ 35 phút sáng, tức là 8 phút trước khi bắt gặp Sói Big Bad trong phòng vệ sinh nam. Vậy bác đã làm gì sau khi mua cà phê?"

Gấu Papa nhún vai. "Ngay sau đó, tôi đi thẳng ra cửa dẫn tới sân vườn và thấy Heo Little nằm trên vũng máu rồi. Tôi chạy vào trong quán và nói nhân viên gọi cấp cứu. Rồi tôi chạy ngay ra ngoài để kiểm tra xem Heo Little còn sống hay không. Rõ ràng là ông ta đã chết. Mặt đất có vài dấu chân sói. Tôi kiểm tra xung quanh và nhìn mọi hướng để tìm hung thủ. Không có ai ở bãi đỗ xe cả. Tôi quay trở lại sân và tự hỏi mình sẽ đi đâu nếu tay của mình vấy máu."

"Bác có nhìn thấy những dấu vết khác không?" Goldilocks nói.

Gấu Papa lắc đầu. "Chỉ có dấu chân của chính Heo Little trên một mảng bùn nhỏ ngay cạnh thi thể của ông ta. Nhưng tôi có một linh cảm, tôi đã vào tòa nhà chính để kiểm tra phòng vệ sinh nam. Và Sói Big Bad đang ở đấy rửa tay. Ngay lập tức tôi đã vô hiệu hóa hắn và gọi cảnh sát."

"Tất cả những điều đó diễn ra trong khoảng 8 phút," Goldilocks nói, "và Heo Little đã chết từ 9 giờ 35 phút sáng ngay khi bác mua cà phê?"

"Chắc chắn rồi," Gấu Papa nói. "Tôi đã mang cà phê đến sân vườn và ông ta đã ở đó."

Goldilocks gật đầu. Dù vẫn còn thiếu nhiều thông tin, nhưng vậy là đã có sự tiến triển.

Gấu Papa nhìn đồng hồ.

Goldilocks cầm lấy manh mối và nói "Cảm ơn bác," rồi quay lại sảnh. Cô cảm thấy thất vọng. Ý tưởng về mốc thời gian đã mở ra cho cô một hy vọng lớn ngay khi Gấu Baby đề cập đến. Nhưng cuối cùng, cô chẳng đi đến đâu cả.

"Mọi thứ ổn chứ?" Robin Hood gọi từ dưới sảnh.

Goldilocks lắc đầu. Cô không biết phải làm gì tiếp theo. Cô đã hứa với Sói Big Bad rằng cô sẽ giúp anh, nhưng tới thời điểm này cô đã chưa làm được gì ngoài việc trở thành một kẻ ngu ngốc.

"Đi uống cà phê không?" Robin Hood nói khi cô tới gần. "Bởi vì cô, thế nào nhỉ, cô là một cô gái làng chơi thứ thiệt đấy, và-"

"Hãy để tôi yên!" Goldilocks thét lên. "Xin đừng gọi tôi như vậy. Chẳng ai gọi người phụ nữ đàng hoàng như tôi là gái làng chơi cả. Thật là thô lỗ và thiếu tôn trọng."

Robin Hood tỏ ra sốc lắm. "Thật sao? Tôi xin lỗi—"

"Đừng tỏ ra hối lỗi. Mà hãy ... trưởng thành hơn," Goldilocks nói và băng qua Robin Hood nhanh nhất có thể. Cô sải bước dưới sảnh, băng qua hội trường chính, băng qua cả lớp học của Gấu Baby.

Ở cuối sảnh là một biển ghi "Giám Đốc Trung Tâm."

Goldilocks không biết liệu bà giám đốc có thể kể thêm để cho cô biết điều gì, nhưng cũng đáng để thử. Cô mở cửa bước vào.

Văn phòng trống rỗng. Đó là một căn phòng nhỏ với ba chiếc bàn làm việc bằng kim loại xám. Trên đó là những chiếc máy tính đang kêu vo vo.

Và ở giữa cái bàn thứ ba là một chiếc máy ảnh kỹ thuật số đắt tiền.

Goldilocks cảm thấy tim mình đập nhanh gấp đôi.

Cô cầm lấy chiếc máy ảnh và nghiên cứu nó.

Cô nghe thấy tiếng nói vọng lại từ căn phòng bên cạnh, qua một cánh cửa thông sang phòng này.

Hoảng hồn, Goldilocks phi ra ngay ngoài, tay nhét vội chiếc máy ảnh vào trong túi xách.

Trên sảnh chẳng có ai cả, nhưng cô nghe thấy tiếng nói vang vọng đâu đó phía văn phòng giám đốc.

Goldilocks đã chạy.

Cô chạy một mạch lên sảnh chính, đến nơi có ánh sáng.

Cô tiếp tục chạy cho tới khi nhìn thấy quán cà phê. Có người ở bên trong, nên cô cúi xuống và lò dò ra sân vườn, ngồi dưới bóng một chiếc ô lớn ở góc xa nhất. Cô cẩn thận đặt túi xách lên bàn. Cô nhìn quanh và nhận ra chỗ này thật yên tĩnh vắng vẻ. Có một hàng rào cao đã chắn tầm nhìn giữa cô và mọi người ở trong trung tâm hội thảo.

Goldilocks lấy máy ảnh ra, bật lên, và bắt đầu xem.

Những bức ảnh gần nhất là chụp cảnh Sói Big Bad bị đẩy vào trong xe cảnh sát. Sau đó là cảnh Gấu Papa, rồi cảnh Gấu Mama và Gấu Baby nhìn ngắm nhóm sát cảnh sát. Cũng có một vài tấm hình chụp cô nữa.

Goldilocks cau mày. Nhìn tóc của cô như thể mới trải qua một cơn bão. Cô cần phải làm điều gì đó—

"Cô đang cầm gì thế?" một giọng nói cất lên.

Goldilocks ngẩng đầu lên và tái mặt.

Có một chú heo đứng đó—trông cực giống Heo Little, chỉ là nhỏ hơn mà thôi. Cậu ta đang mặc bộ quần áo khoác thể thao sành điệu, nhưng không có cà vạt hay quần gì cả.

"Ô!" Goldilocks nói. "Cậu là a-ai?"

"Tôi là Heo Tiny. Chú của tôi vừa mới bị sát hại ở đây hôm qua. Tôi đã bay tới ngay vào sáng nay để tìm câu trả lời."

"Tôi xin lỗi về sự mất mát của cậu," Goldilocks nói. "Tôi có quen chú cậu trong lớp viết sách, nên cũng có biết chút ít. Tôi cũng đang tìm kiếm câu trả lời và hy vọng rằng mình có thể tìm ra."

Lông mày của Heo Tiny nhướng lên. "Thật sao? Vậy cô đã khám phá ra điều gì rồi à?"

Goldilocks cầm chiếc máy quay lên. "Tôi ... ừm, tôi đã mượn được cái này từ người thợ chụp ảnh. Anh ta đã chụp một vài bức hình trong hội thảo ngày hôm qua và tôi hy vọng ... có thể thấy một vài manh mối."

"Tôi có thể xem cùng chứ?" Heo Tiny nói, hàm run rẩy. "Chú tôi là người thân duy nhất còn sống, và chúng tôi rất thân thiết."

Goldilocks kéo một chiếc ghế về sát gần mình. "Hãy ngồi xuống đây."

Heo Tiny ngồi sát bên cô. Cơ thể của cậu ta như đang gợn lên năng lượng của sự căng thẳng.

Goldilocks có thể hình dung cảm giác tệ hại mà cậu ta đang có. Tay cô liên tục lướt để xem thêm những tấm hình. Có một vài ảnh chụp cảnh sát khi họ mới tới.

Bức hình tiếp theo là trong lớp học của Gấu Baby, chụp cảnh Goldilocks và Gấu Baby đang nhìn nhau với nụ cười giả tạo.

Goldilocks cảm thấy hơi thở của mình trở nên hổn hển. Cô cuộn xuống thật nhanh chóng để tiếp tục tìm kiếm, tìm kiếm ...

Đây rồi!

Người thợ ảnh đã chụp một bức hình toàn cảnh căn phòng. Và rõ ràng là ở một góc xa, Sói Big Bad đang nằm ngủ.

"Mốc thời gian là 9 giờ 39 phút," Goldilocks nói. "Vậy là có chứng cớ rồi."

Heo Tiny dòm vào màn hình. "Chứng cứ cho việc gì?"

"Bức hình này đã được chụp 4 phút sau khi Gấu Papa tìm thấy thi thể của chú cậu," Goldilocks nói. "Điều này chứng tỏ Sói Big Bad không phải là hung thủ. Đây chắc chắn là một tin tuyệt vời."

Heo Tiny nhảy dựng lên. "Ôi trời ơi!" Cậu ta dùng tay phải ôm tim mình, khuôn mặt trở nên tái nhợt. "Sói Big Bad ... không phải là hung thủ sao?"

"Chính xác! Và chúng ta đã tìm ra bằng chứng!" Goldilocks nói. "Chúng ta cần nói ngay với giám đốc trung tâm. Điều đó có nghĩa là hung thủ thực sự vẫn đang lởn vởn quanh đây. Chúng ta có thể đang gặp nguy hiểm, đặc biệt là cậu."

Quai hàm của Heo Tiny khựng lại một chút và có vẻ như cậu ta đang khó thở. "Ôi trời ơi, tôi cảm thấy chóng mặt quá. Cô giúp tôi được không?"

"Tôi sẽ gọi cấp cứu," Goldilocks cho tay vào túi xách để lấy điện thoại.

"Cô sẽ không dám đâu!" Heo Tiny rút ra một ống tiêm nhỏ từ túi ngực và chĩa thẳng về phía cô ấy.

Chương 16
PHẢN ỨNG, KHÓ XỬ, QUYẾT ĐỊNH

Goldilocks bật dậy, giơ túi xách ra phía trước như thể nó là một tấm lá chắn. Tim cô đập nhanh. Adrenaline chạy khắp người. Hơi thở dốc và ngắn, toàn bộ cơ thể cô đông cứng lại. Cô muốn chạy nhưng đôi chân như tê liệt. Cô nháo nhác tìm đường thoát khỏi Heo Tiny để đến cổng vòm dẫn ra khỏi sân.

Heo Tiny điều chỉnh vị trí của cậu ta để chặn đường cô, rồi sau đó bước một bước gần hơn, chĩa thẳng mũi tiêm về phía cô. "Sẽ không đau đớn đâu, quý cô." Cậu ta tiến thêm bước nữa.

Goldilocks nhận ra mình đã bị dồn vào góc sân. Cô cứ lùi lại, lùi lại và cố gắng thở. Cô muốn thét lên nhưng không thể phát ra tiếng.

Heo Tiny tiến lại gần hơn.

Goldilocks gọi 911, nhưng tay run quá nên chiếc di động đã rơi mất.

Gần hơn.

Goldilocks nắm chặt túi xách và nghĩ rằng cô có thể bị bất tỉnh bất cứ lúc nào.

Gần hơn.

Goldilocks thò tay vào túi xách và cố gắng tìm lọ xịt hơi cay. Không hiểu sao lúc này, cô cảm giác các ngón tay trở nên vụng về và thô kệch như mấy chiếc xúc xích.

Heo Tiny lao tới.

Goldilocks xịt chiếc bình.

Một luồng hơi cay nhỏ bay trúng vào mắt của Heo Tiny.

Cậu ta ngã ra sàn, gào lên trong giận dữ, tay che mắt.

Đột nhiên, hơi thở của Goldilocks trở lại bình thường. Cô hít một hơi thật sâu và cất tiếng thét to nhất có thể.

Heo Tiny lau mắt. Một cách kỳ khôi, tay cậu ta vẫn giữ chặt ống tiêm. Mắt nhắm mắt mở, cậu ta bò về phía cô.

Goldilocks thét lên một lần nữa.

Robin xuất hiện từ phía cổng hàng rào. “Nghe có vẻ như một cô gái làng chơi đang chơi gì đó dại dột—”

“Cậu ta chính là hung thủ,” Goldilocks chỉ về phía Heo Tiny. “Hãy làm gì đó đi!”

Heo Tiny cố gắng đẩy mình về phía cô, nhắm mắt nhắm mũi đâm ống tiêm vào chân cô.

Robin Hood rút ra một mũi tên và gài nó vào dây cung. “Đứng yên, con heo kia!” Anh ta quát. “Nhà ngươi mà nhúc nhích, là sẽ thành món heo quay trong lửa trại ở rừng Sherwood tối nay.”

Heo Tiny khựng người lại.

Goldilocks băng qua người Heo Tiny để nhặt chiếc di động và gọi 911.

Điện thoại kêu hai lần và sau đó ...

Một giọng nói vang lên, “Tình trạng khẩn cấp của bạn là gì?”

“Tôi ... Tôi cần cảnh sát đến ngay,” Goldilocks nói. “Tôi nghĩ mình mới bắt được hung thủ thực sự đã sát hại Heo Little.”

Chương 17
KẾ HOẠCH PHÂN CẢNH

Sáng hôm ấy trôi qua chóng vánh như làn sương sớm. Cảnh sát đã đến và bắt giữ Heo Tiny. Goldilocks lái xe đến nhà tù, chờ người ta thả Sói Big Bad. Đã có sự chậm trễ, nhưng cuối cùng thì họ cũng trả tự do cho anh ấy. Cô đưa anh quay trở về trung tâm hội thảo trước bữa trưa. Tất cả mọi người đã nổ một tràng pháo tay lớn khi Goldilocks và Sói Big Bad tiến vào căng tin.

Sau bữa trưa, họ cùng đi bộ tới khán phòng để lắng nghe bài giảng cuối cùng của Gấu Baby về phương pháp Hoa Tuyết. Trên đường đi, Sói Big Bad đã có một cuộc gọi. Goldilocks không biết phía bên kia nói gì, nhưng Sói Big Bad cứ liên tục đáp, "Được lắm, thật là tuyệt vời," và sau đó nụ cười trên môi anh ta ngày càng nở rộng hơn. Anh ta chỉ cúp máy khi họ đã đến lớp học.

"Có chuyện gì thế?" Goldilocks hỏi.

Niềm vui lớn hiện lên rõ trong mắt Sói Big Bad. “Heo Tiny đã thú nhận, và không chỉ thế—”

“Tuyệt vời quá!” Goldilocks hét lên sung sướng và vòng tay ôm chặt lấy anh ta.

Gấu Baby mở cửa. “Xin mời, cả hai người! Xin chúc mừng anh Sói. Và cũng chúc mừng Goldilocks! Sáng nay bạn đã rất gan dạ. Trong khi tất cả mọi người đã từ bỏ hy vọng vào Sói Big Bad, thì bạn vẫn tiếp tục đi theo trực giác của mình.”

“Gái làng chơi thứ thiệt,” Robin Hood nói.

Goldilocks cảm thấy quá sung sướng nên không thể nào tức giận được khi bị gọi là gái làng chơi.

Sói Big Bad nở một nụ cười dài cả dặm. “Cô đã giúp tôi lấy lại lòng tin vào con người,” anh ta nói.

“Chỉ là ... tôi đã có một linh cảm,” Goldilocks nói. “Khi Gấu Baby nói về các mốc thời gian, tôi nhận ra mình có thể tìm một vài chứng cứ.”

“Nhưng ... cháu yêu, sao cháu nghĩ tới việc tìm chứng cứ ngay từ đầu?” bà Hubbard nói. “Thường thì cảnh sát ít khi mắc sai lầm.”

“Ha!” Robin Hood nói. “Quận trưởng của Nottingham thường chả làm gì khác ngoài mắc sai lầm.”

“Cháu chỉ—” Goldilocks cảm thấy thật ngờ nghệch. “Cháu cảm thấy từ trong tim rằng Sói Big Bad không phải loại sói sẽ sát hại Heo Little.”

Sói Big Bad khiêm tốn cúi đầu. “Cảm ơn cô vì đã tin tưởng. Tôi cũng mới nghe tin từ luật sư. Hóa ra là Heo Tiny đã có động cơ để giết chú mình từ trước. Cậu ta là một quý tử. Đến tuổi, cậu thừa hưởng toàn bộ gia tài từ cha mình—cũng là anh trai của Heo Little. Nhưng giờ thì cậu ta đã tiêu tán sắp hết toàn bộ tài sản."

"Vậy là cậu ta muốn có thêm từ Heo Little?" Gấu Baby hỏi.

Sói Big Bad lắc đầu. "Cậu ta muốn kiếm tiền, nên đã gọi cho Heo Little tuần trước để xin một công việc nhàn hạ. Heo Little đã từ chối thẳng thừng và nói điều gì đó khiến Heo Tiny suy nghĩ. Heo Tiny đã thực hiện một nghiên cứu, và sau đó quyết định rằng cậu ta muốn một thứ mà tiền không thể mua được."

Goldilocks đã thấy tất cả trong nháy mắt. "Anh đã không giết anh em của Heo Little. Điều đó có nghĩa là ai đó khác đã làm điều ấy. Một người mà có lợi từ sự ra đi của họ. Và Heo Tiny đã tìm ra thủ phạm cũng như cách thức gây án."

"Heo Little!" Robin Hood thốt lên.

"Chính xác," Sói Big Bad nói. "Heo Little là CEO của một công ty bán thuốc, một phần trong đế chế kinh doanh của mình. Ống tiêm mà Heo Tiny dùng có chứa một loại thuốc an thần cực mạnh—đủ để tiễn cô về nơi suối vàng đấy Goldilocks. Và cũng đủ hạ đo ván Heo Little, cho cậu ta đủ thời gian giết chú mình và làm giả hiện trường như thể hung thủ là một con sói."

"Vậy liệu nó có làm một con sói ngủ li bì trong 24 giờ, và mất đi năng lực minh oan cho bản thân vào ngày anh ta bị vu oan tội sát nhân?" Goldilocks hỏi.

Một nụ cười rạng rỡ hiện lên trên gương mặt của Sói Big Bad. "Luật sư của tôi nói rằng Heo Tiny có bằng chứng cho thấy Heo Little mới là hung thủ thật sự đã sát hại anh em của mình. Để được giảm án, Heo Tiny đã đồng ý đưa chứng cớ đó cho cảnh sát. Luật sư nói họ sẽ rút lại bản án và khôi phục danh dự của tôi. Tất cả là nhờ cô đấy, Goldilocks."

Gấu Baby nhảy cẫng lên trong sung sướng. "Sói à, vậy anh có chọn Goldilocks làm khách hàng tiếp theo?"

Sói Big Bad suy nghĩ một lúc lâu. "Tôi rất muốn. Chúng ta đã trở thành bạn bè, và điều đó rất quan trọng vì tôi chỉ làm việc với những người tôi thích. Nhưng tôi cũng chỉ làm việc với những nhà văn xuất sắc, nên tôi cần phải xem một bản thảo hoàn thiện trước khi đưa ra quyết định. Viết lách cũng là một ngành kinh doanh, mà bạn bè không có ngoại lệ."

Goldilocks cảm thấy hạnh phúc như muốn thét lên. "Tôi ... tôi cũng kỳ vọng anh sẽ đưa ra quyết định chỉ khi nó tốt cho công việc của mình. Tôi không muốn làm việc với những đại diện chỉ quyết định dựa trên cảm tính. Hiện tại, tôi chưa viết được cuốn tiểu thuyết nào, nhưng ... chắc chắn là tôi sẽ."

"Và bạn đã sẵn sàng để viết chưa?" Gấu Baby nói.

"Đại ... loại thế," Goldilocks đã muốn nói có. Nhưng sự thật là cô cảm thấy mình chưa sẵn sàng. Cô đã mơ hồ hình dung ra cảnh đầu tiên trong cuốn tiểu thuyết, nhưng còn lăn tăn không biết liệu nó đã đủ tốt chưa. Cô cảm giác vẫn còn thiêu thiếu điều gì đó.

Gấu Baby nhìn cô rất kỹ. "Trông bạn có chút e dè. Có lẽ chúng ta nên bàn về bước số 9 trong 10 bước viết tiểu thuyết Hoa Tuyết. Đó là về việc lập kế hoạch cho mỗi một phân cảnh trước khi bạn định viết nó."

Goldilocks cảm thấy sự hào hứng trào dâng. "Bước 9 là gì?"

Gấu Baby chỉ về phía ghế nóng. "Cách tốt nhất là vừa học vừa làm luôn."

Goldilocks ngồi xuống.

Robin Hood rút di động ra và chụp ảnh cô. Anh ta nhìn bức ảnh và sau đó đưa cho cô. "Cô chắc chắn là một cô gái làng chơi thứ thiệt, nhưng có lẽ cô nên suy nghĩ về việc tìm một cái lược hoặc thứ gì đó."

Goldilocks lườm bức ảnh. Tóc cô ấy đã rối bù. Có một vết bùn trên má. Cổ áo của cô ấy cũng có vệt máu.

Nhưng cô không quan tâm.

Cô trả di động lại cho Robin Hood. "Điều đó không quan trọng. Quan trọng là viết tốt như thế nào chứ không phải là ngoại hình ra sao. Gấu Baby, hãy kể cho tôi bước số 9."

"Đỉnh quá!" Sói Big Bad thốt lên, anh đứng ngay bên cạnh cô, nở nụ cười rạng rỡ. "Vàng hoe à, tôi bắt đầu nghĩ rằng cô có họ hàng với loài sói chúng tôi đấy."

"Trước khi viết bất cứ cảnh nào, có thể bạn sẽ cảm thấy hữu ích khi lập kế hoạch trước cho nó," Gấu Baby nói. "Thông thường sẽ có hai cấu trúc phân cảnh. Một là cảnh chủ động, bắt đầu bằng một mục tiêu, sau đó có rất nhiều xung đột rồi kết thúc bằng một trở ngại."

Sói Big Bad tiến đến bảng trắng và bắt đầu viết:

CẢNH CHỦ ĐỘNG BAO GỒM:

1) Mục tiêu

2) Xung đột

3) Trở ngại

Gấu Baby tiếp tục. "Một cấu trúc khác là phân cảnh phản ứng. Nó bắt đầu bằng một phản ứng về mặt cảm xúc của nhân vật đối với trở ngại ở phân cảnh trước. Sau đó, hầu hết khung cảnh tập trung vào phân tích sự khổ tâm của nhân vật trong tình thế khó xử ấy. Và phân cảnh này sẽ kết thúc bằng một quyết định."

Sói Big Bad viết lên bảng:

CẢNH PHẢN ỨNG BAO GỒM:

1) Phản ứng
2) Khó xử
3) Quyết định

"Ôi trời, tôi bắt đầu thấy mông lung rồi," bà Hubbard nói. "Hãy cho tôi ví dụ được không?"

Gấu Baby suy nghĩ một phút. "Sáng nay trong lúc Goldilocks chạy ra ngoài, các bạn nghĩ xem tại sao cô ấy làm điều đó?"

"À, cô ta muốn tìm một vài mốc thời gian trước và sau vụ thảm sát Heo Little," Robin Hood nói.

Goldilocks gật đầu. "Mục tiêu của tôi là có được mốc thời gian."

Gấu Baby mỉm cười. "Một mục tiêu rất khiêm tốn nhưng có thể đạt được. Và nó sẽ là một bước tiến lớn trên hành trình đạt được mục tiêu to hơn, đó là hồi phục danh dự cho Sói Big Bad. Nhưng hóa ra nó lại tương đối khó phải không?"

"Nó thật khủng khiếp," Goldilocks nói. "Tôi cầu cứu Gấu Papa, nhưng bác ta không muốn bị làm phiền. Tôi đã nài nỉ bác ấy cho đến khi có được mốc thời gian từ cuộc gọi trong điện thoại, nhưng mà nó cũng không mấy hữu dụng."

"À được rồi, vậy là bạn đã gặp xung đột. Bạn có thể bỏ cuộc và khóc lóc?" Gấu Baby nói. "Có phải không?"

"Tất nhiên là tôi đã không làm điều đó," Goldilocks nói. "Tôi đã hỏi được Gấu Papa biên lai mua cà phê. Bác ta đã tìm thấy nó, và tôi đã có một phần của chứng cứ đầu tiên mà mình cần."

"Rồi sau đó, bạn đã không biết cần làm gì tiếp theo," Gấu Baby nói. "Đã có thêm xung đột và bạn đã khóc phải không nào?"

"Này, chú có vẻ hứng thú về vụ khóc lóc nhỉ," Robin Hood nói. "Và chú sai toét rồi. Cô ta sau đó gặp tôi, và mắng tôi cơ đấy, thậm chí dậm chân bỏ đi như một cô gái làng chơi sắp ra trận để bảo vệ làng. Cô thật là đỉnh!"

"Sau đó, điều gì đã xảy ra?" Gấu Baby nói.

"Ừm ... tôi đã thấy máy ảnh của người thợ chụp hội thảo trong văn phòng giám đốc. Sau đó, tôi nghe thấy một tiếng nói—"

"Lại có thêm xung đột," Gấu Baby nói.

"Tôi đã mượn chiếc máy ảnh và trú tạm ở sân quán cà phê. Sau một lúc, Heo Tiny xuất hiện, và chúng tôi cùng tìm thấy bằng chứng chỉ ra rằng Sói Big Bad không phải là thủ phạm giết Heo Little."

"Ôi hay quá!" Robin Hood reo lên với Gấu Baby. "Đây không phải là một trở ngại. Tôi ghét phải chọc vào quả bong bóng lý thuyết của chú, nhưng đó là một chiến thắng tuyệt vời. Goldilocks đã tìm ra mốc thời gian mà cô ấy cần. Cô ấy đã đạt được mục tiêu. Chú nên xem xét lại lý thuyết của mình đi."

Goldilocks bắt đầu run rẩy. "Nhưng đó cũng là lúc mà Heo Tiny lôi ống tiêm ra và cố gắng giết tôi."

"Một trở ngại," Gấu Baby nói và nở nụ cười tự mãn.

"Mục tiêu-Xung đột-Trở ngại," Sói Big Bad đánh dấu mỗi từ cho rõ ràng hơn trên chiếc bảng trắng. "Tôi nghĩ thuật ngữ dành cho nó là 'bazinga[13]'."

"Sau đó tôi bước vào và thành người hùng," Robin Hood nói.

"Anh chỉ giống như giọt nước tràn ly thôi," Gấu Baby nói. "Đã có cả tá thứ diễn ra trước đó. Chúng ta đang ở một phân cảnh chủ động, nhưng nó chưa phải là kết thúc. Chuyện gì xảy ra tiếp, Goldilocks? Bạn đã làm gì?"

Goldilocks nhớ lại khoảnh khắc mình đã tê liệt ở sân vườn trong một vài giây. "Tôi ... Tôi đã không làm gì cả. Tôi đã quá sợ hãi, không thể di chuyển, không thể nghĩ ngợi, và thậm chí không thể cất tiếng thét. Tôi đoán lúc đấy mình chỉ như một con bé tóc vàng ngu ngốc."

Sói Big Bad đến đằng sau và xoa bóp vai cô. "Cô đã làm chính xác những gì mà hầu hết con người sẽ làm trong lần đầu tham chiến. Người ta hay nói đến hiệu ứng 'chiến hay là biến' như thể đó là hai lựa chọn duy nhất. Nhưng thật ra còn có lựa chọn thứ ba—tê liệt. Cho nên, đúng hơn phải là 'chiến, hay biến, hoặc liệt'. Những gì cô làm là hoàn toàn tự nhiên và không có gì đáng phải xấu hổ. Ít nhất thì cô đã không đứng yên một chỗ giống như một vài người sẽ làm. Và lý do là vì cô đã học được cách trở nên dũng cảm hơn gần đây. Nên khi khó khăn đến, cô đã có sẵn sự dũng cảm trong mình."

---

[13] Bazinga là từ tiếng lóng, được phổ biến bởi nhân vật Sheldon Cooper trong bộ phim truyền hình hài kịch Mỹ The Big Bang Theory. Sheldon thường sử dụng từ này để thể hiện sự hài lòng khi anh ta đã thực hiện một trò đùa hoặc lời nói đùa thành công.

"Ý của cậu ấy là hành động đầu tiên của bạn thực ra không hoàn toàn là hành động," Gấu Baby nói. "Đó là phản ứng, một sự phản hồi ở mặt cảm xúc đối với một tình huống nguy hiểm ở phân cảnh trước. Dù là gấu, heo, sói hay người—tất cả đều có cảm xúc. Sợ hãi, vui vẻ, lo lắng, yêu thương, giận dữ. Đó là điều khó tránh được, vì chúng ta đâu phải robot, chúng ta có cảm xúc."

"Ôi, thật kinh khủng," Goldilocks nói. "Tôi đã cố tìm cách làm sao để băng qua Heo Little."

"Bạn đang ở trong một tình thế khó xử, nên bạn đã cân nhắc về lựa chọn đầu tiên," Gấu Baby nói.

"Nhưng cậu ta đã chặn đường tôi, và tôi nhận ra mình đã bị dồn vào góc. Thế nên tôi chỉ còn đường lùi xa khỏi cậu ta."

"Lựa chọn đầu tiên đã không còn, nên bạn đã thử lựa chọn thứ hai."

"Tôi đã lùi vào góc cho đến khi không thể nào lùi được hơn, tôi đã cố sử dụng điện thoại."

"Lựa chọn thứ hai của bạn đã không còn, nên bạn đã thử lựa chọn thứ ba."

"Thế nhưng tôi đánh rớt điện thoại và tôi chợt nhớ ra mình có lọ xịt hơi cay."

"Lựa chọn thứ ba đã không còn, và bạn nghĩ ra lựa chọn thứ tư."

"Tôi biết rằng nó sẽ hiệu quả, nên tôi—"

"Ra quyết định!" Gấu Baby nói. "Sau khi đã cân nhắc ba lựa chọn không hiệu quả, cuối cùng thì bạn đã ra một quyết định ở lựa chọn thứ tư."

"Sao anh cứ ngắt lời tôi thế?" Goldilocks nói. "Tôi thò tay vào túi xách để lấy lọ hơi cay và sau đó xịt ngay vào mắt của cậu ta."

"Quyết định đó đã đánh dấu hồi kết cho một phân cảnh phản ứng rất ngắn," Gấu Baby nói. "Và nó cũng tạo ra mục tiêu cho phân cảnh chủ động tiếp theo, bắt đầu ngay sau đó."

Goldilocks đã nhận ra. "Vậy anh đang cố nói với tôi rằng phân cảnh chủ động và phản ứng dường như sẽ nối tiếp nhau như vậy?"

"Chính xác," Gấu Baby nói. "Bây giờ hãy nghĩ về cảnh đầu tiên trong tiểu thuyết của bạn. Dirk đã nhảy dù xuống khu vườn nhà Elise và bị gãy chân. Mục tiêu của phân cảnh này là gì?"

"Đó là nhảy dù xuống lãnh thổ Pháp ngay sau phòng tuyến của địch và trú ẩn qua đêm."

"Và điều đó diễn ra khá êm xuôi, phải không?"

Goldilocks lắc đầu. "Không hẳn, súng phòng không khiến họ phải tránh né. Rồi có một máy bay Đức săn đuổi bắn họ tới tấp. Động cơ đã bị bắn trúng. Dirk nhảy ra ngoài, nhưng những biệt kích khác đã không qua khỏi khi chiếc máy bay nổ tung."

"Đó là những xung đột," Gấu Baby nói. "Chúng đủ để bạn viết một vài trang đấy. Và cuối cùng thì Dirk có đạt được mục tiêu của anh ta không?"

"Tất nhiên là không, anh ấy bị gãy chân và bất tỉnh," Goldilocks nói.

"Ồ, đúng rồi!" Robin Hood nói. "Này, cái lý thuyết tí hon của chú có vẻ hiệu quả đấy."

"Tôi hơi sốc đấy," Gấu Baby nói. "Đó chính là phân cảnh đầu tiên, Goldilocks ạ. Bây giờ bạn có thể bắt đầu viết được chưa?"

"Có thể, nếu ngay bây giờ tôi ghi chú lại vài điều," Goldilocks mở văn bản mới trên laptop và bắt đầu đánh máy câu đầu tiên nói về mục tiêu, câu tiếp theo nói về xung đột, và câu tiếp theo nữa nói về trở ngại. "Wow, dễ quá, chúng ta sang cảnh tiếp theo được chứ?"

"Chuyện gì xảy ra sau đó?" Gấu Baby nói.

"Elise đã nghe thấy tiếng động, nên cô ấy ra ngoài vườn và tìm thấy Dirk."

"Vậy ở cảnh này chúng ta đang xem dưới góc nhìn của Elise, có phải không?"

Goldilocks gật đầu và đánh máy "Elise."

"Cô ấy cảm thấy gì ngay khi nghe thấy tiếng động?"

"Ừm ... sự tò mò, một chút lo lắng, và có thể là e ngại rằng con gái Monique có thể gặp ác mộng."

"Cái đó không hoàn toàn là phản ứng," Gấu Baby nói. "Có lẽ đây không nên là phân cảnh phản ứng."

Goldilocks cảm thấy thật tệ hại. "Ôi trời ơi, vậy câu chuyện của tôi có vấn đề gì sao?"

Gấu Baby lắc đầu. "Không phải tất cả những phản ứng về mặt cảm xúc đều xứng đáng để tạo ra một phân cảnh phản ứng trọn vẹn. Hầu hết các tiểu thuyết gia chuyên nghiệp sẽ viết rất nhiều phân cảnh chủ động hơn là bị động. Hãy đơn giản là bỏ qua phân cảnh phản ứng này và tiến thẳng tới một phân cảnh chủ động. Mục tiêu của nữ chính lúc này là gì?"

"Là tìm xem tiếng động đó bắt nguồn từ đâu."

"Tuyệt vời lắm, hãy ghi nó lại," Gấu Baby nói.

Goldilocks đã làm ngay. "Vậy thì xung đột là liệu con gái Monique có ổn không, và cô bé đã ổn. Cô ta đã chạy ra ngoài để xem liệu có cái cây nào bị đổ hay không, và mọi thứ đều ổn. Cô đi ra phía sau vườn và phát hiện một người đàn ông đang nằm đó. Anh ta lầm bầm thứ gì đó bằng tiếng Anh."

"Đó chính là một trở ngại," Gấu Baby nói. "Vậy thì Elise sẽ cảm thấy gì?"

"Cô ấy đã hoảng hồn," Goldilocks nói. "Cô ấy nhận ra anh ta là một biệt kích Mỹ. Cô ấy biết mình phải báo ngay cho chính quyền, bởi nếu không, cô sẽ bị bắn vì tội chứa chấp kẻ thù của quân phát xít."

Gấu Baby nhìn cô. "Nhưng mà—"

"Nhưng cô ấy đã không thể! Anh ta sẽ bị giết. Mà anh ấy đang cố gắng giải phóng đất nước của cô, làm sao cô có thể giao nộp anh ấy và—" Goldilocks mặt đỏ bừng. "Anh ấy cũng rất đẹp trai. Liệu có hơi nông cạn không khi Elise muốn cứu anh ta chỉ vì anh ta đẹp trai?"

Sói Big Bad hú lên thích thú. "Vàng hoe à, không có gì đáng xấu hổ cả. Loài người các cô cứ hành động như thể bản năng tìm kiếm bạn đời là thứ gì đó mất tự nhiên. Elise không hề nông cạn khi cô để ý rằng Dirk rất đẹp trai. Mà cô ấy rất sâu sắc, vì kết nối được với bộ não sói bên trong mình."

Bà Hubbard quắc mắt nhìn ông ta. "Não sói cái gì! Này anh sói trẻ, nếu anh định nói về cái thuyết tiến hóa vô nghĩa đã bị bác bỏ đó—"

"Bình tĩnh nào!" Gấu Baby nói. "Hãy tập trung mọi người ơi. Elise đang có một tình thế khó xử. Giao nộp Dirk thì sẽ trái đạo đức, lòng yêu nước cũng như là sự hấp dẫn về ngoại hình mà Elise cảm thấy. Nhưng chứa chấp Dirk thì cũng sẽ trái với bản năng sinh tồn và mong muốn bảo vệ gấu con, à nhầm, con gái cô ấy."

Goldilocks đánh máy như điên. "Và quyết định của cô ấy—Cô ấy quyết sẽ chăm sóc và che chở anh ta, nhưng làm sao làm được việc nguy hiểm đó?"

"Giá trị của Elise là gì?" Gấu Baby nói. "Cô ta có một vài giá trị—những thứ mà cô ấy tin rằng chúng quan trọng hơn mọi thứ khác. Nhưng bản thân các giá trị này đang mâu thuẫn với nhau. Không thể nào mà tất cả đều quan trọng. Cô ấy phải quyết định điều gì là quan trọng nhất. Và đó là vai trò của những quyết định, chúng sẽ làm lộ diện niềm tin đích thực trong chúng ta."

"Không gì quan trọng hơn sự bao dung," Goldilocks nói. "Đó chính là giá trị của cô ấy. Đúng là Elise sợ chết và sợ con gái Monique gặp nguy hiểm, nhưng cô cũng sợ mình sẽ trở thành Henri, kẻ phản bội hợp tác với quân phát xít để làm tổn hại người dân."

Gấu Baby mỉm cười. "Tôi nghĩ là bạn đã có một vài cảnh hay rồi đấy. Một cảnh chủ động ngắn và một cảnh phản ứng, cả hai đều dưới góc nhìn của Elise."

Goldilocks nhìn lại một lượt những gì mình mới đánh máy. Chúng chỉ là bản thô. Cô có thể hoàn thiện được thêm nhiều, nhưng thế là đủ.

"Tôi ghét phải tỏ ra thô lỗ khi nhắc về tin xấu này," Robin Hood nói. "Lớp học chỉ còn 5 phút, và chẳng phải là chúng ta có một bước nữa trong phương pháp Hoa Tuyết? Chúc may mắn, chú gấu à, nhưng chú sẽ không thể hoàn tất được đâu."

Goldilocks nhìn đồng hồ.

Robin Hood đã sai. Thật ra chỉ còn 3 phút nữa thôi là lớp học sẽ kết thúc. Chính cô đã làm mất thời gian của cả lớp, và bây giờ Gấu Baby sẽ khó lòng hoàn tất.

Chương 18
VIẾT TIỂU THUYẾT

Gấu Baby cười nhe răng. "Bây giờ là bước thứ 10 của phương pháp Hoa Tuyết. Sẽ mất nhiều thời gian nhất để làm, nhưng sẽ mất ít thời gian nhất để giải thích."

Chú ta tiến đến chiếc bảng trắng và viết:

BƯỚC 10 CỦA PHƯƠNG PHÁP HOA TUYẾT:

1) Viết phân cảnh đầu tiên của cuốn tiểu thuyết.

2) Đừng dừng lại việc viết các phân cảnh cho đến khi bạn hoàn thành.

Chú ta quay người lại đối diện với cả lớp. "Nếu đã xong bước 8, bạn đã có một danh sách các phân cảnh trong tiểu thuyết của mình. Nếu bạn đã xong bước 9, bạn đã lập kế hoạch mỗi phân cảnh và biết trước câu chuyện sẽ diễn tiến như thế nào, vì chỉ có thể hoặc là một cảnh chủ động, hoặc là một cảnh phản ứng. Bây giờ bạn đã sẵn sàng để viết tiểu thuyết của mình rồi, vậy thì hãy làm nó thôi."

Gấu Baby cúi đầu nhẹ.

Kim phút của đồng hồ vừa mới chỉ tới số 12.

Tiếng chuông vang lên bên ngoài sảnh.

Cả lớp học bừng lên sự vui sướng.

Goldilocks nhanh chóng chạy tới và ôm Gấu Baby một cái thật chặt. Cô cũng ôm cả Sói Big Bad và bà Hubbard. Ngay cả Robin Hood với cơ thể nồng nặc mùi rượu cũng không thể thoát khỏi cái ôm ấm áp của cô.

"Một cô gái làng chơi thật tuyệt," anh ta nói. "À không, ý tôi là một cô gái, không phải gái—"

Mọi người trong lớp xôn xao nói chuyện.

Sói Big Bad vỗ bàn tay lông lá của mình lên vai Goldilocks. "Tốt lắm, Goldilocks. Cô đã hoàn toàn làm chủ tình thế. Bây giờ cô đã trở thành một người phụ nữ hoàn toàn khác so với cái người bước vào đây vài ngày trước. Cô đã sẵn sàng hoàn tất cuốn tiểu thuyết chưa?"

"Tôi đã rất sẵn sàng," Goldilocks nói. "Và tôi không thể nào chờ đợi thêm được nữa."

Tối đó, sau khi lũ trẻ đi ngủ, Goldilocks ngồi xuống máy tính, mở bản thảo ra và nhìn vào những gì cô đã có. Trên đó chỉ có một từ cô đã gõ trước đây: "Cái ..."

Goldilocks đã xóa nó đi.

Và cô bắt đầu đánh máy như vũ bão.

Dirk Steele một tay nắm ghế sắt, tay kia siết dây dù. Máy bay rung lắc như con bò đực. "Còn cách mục tiêu bao xa?"

Người đội trưởng vừa mới nôn xong. "Khoảng 5 phút nữa, nếu—"

Loạt đạn phòng không nổ bên ngoài, to như là có chiếc búa đập thẳng vào trống tai Dirk.

Xạ thủ phía sau thốt lên. "Jerry bám đuôi!"[14]

Máy bay chúc xuống, lúc lắc, nghiêng ngả dữ dội.

Tiếng súng máy vang lên đằng sau.

"Xong rồi!" Phi công gào lên. "Chuẩn bị—"

Thứ gì đó va mạnh vào cánh phải.

Một tiếng nổ rung chuyển máy bay.

"Nhảy!" Đội trưởng lao tới, mở toang cánh cửa bên hông. "Dirk, ra—ngay, ngay!"

Dirk lao ra và cầu cho chiếc dù sẽ hoàn tất bổn phận của nó.

Luồng khí lạnh bên ngoài như đấm vào mặt.

[14] Jerry là một cách gọi phổ biến của quân đội Đồng minh đối với quân Đức trong Thế chiến thứ hai.

Anh quay như chong chóng.

Máy bay Đức lao đến cùng tiếng súng máy.

Giống như có tia chớp lóe lên.

Một vụ nổ kinh thiên động địa.

Sóng xung kích toả ra dữ dội như xe tải rùng mình.

Trong vài giây, Dirk không thể thở nổi.

Anh cố mở mắt, quay lại xem có ai thoát được không.

Điều cuối cùng anh thấy trước khi rơi vào đám mây là ...

Không có gì.

Nỗi sợ như chiếc búa tạ đập vào Dirk.

Chiếc máy bay xấu số đã tan tành.

Bầu trời đêm trống trơn.

9 biệt kích, đội trưởng, xạ thủ, 2 phi công—tất cả đã chết.

Anh hoàn toàn đơn độc ở một nơi cách lãnh thổ Pháp hơn 3 cây số, theo chiều dọc. Anh như cục đá, đang rơi xuống cánh đồng với nửa triệu quân Đức.

Dirk sờ túi thuốc nổ trên ngực. Chắc chắn không đủ để thổi bay mục tiêu.

Nhiệm vụ mới diễn ra 1 giờ, mà đã thất bại.

Goldilocks dừng đánh máy và nhìn đồng hồ. Trong vòng 18 phút, cô đã viết được 314 từ.

Cô nhảy dựng lên và múa một vòng.

Phương pháp Hoa Tuyết của Gấu Baby rất hiệu quả.

Chương 19
TỔNG KẾT PHƯƠNG PHÁP HOA TUYẾT

Dưới đây là 10 bước của phương pháp Hoa Tuyết.

Mục đích chính của các bước này là để giúp bạn viết ra bản thảo đầu tiên. (Khi biên tập lại, bạn cũng có thể nhận ra những bước này rất hữu ích trong việc tái cấu trúc câu chuyện, cũng như làm cho nhân vật trở nên sâu sắc hơn. Tuy nhiên, đây chỉ là mục đích thứ yếu.)

Nếu bạn thấy có bước nào đó không hữu ích với mình, bạn có thể bỏ qua. Sớm hay muộn, bạn sẽ nhận ra có những bước thực sự giá trị và phù hợp với mình, hãy tập trung vào chúng. Nếu bạn thấy có một bước khác mà bạn cảm thấy hay hơn, bạn hoàn toàn có thể sử dụng nó. Mục tiêu của chúng ta là tạo ra một bản thảo đầu tiên với cấu trúc chặt chẽ. Các bước này chỉ là gợi ý, chứ không phải là những quy tắc bắt buộc.

Sau mỗi bước, bạn có thể muốn quay lại bước trước để rà lại. Việc chỉnh sửa từ sớm sẽ giúp phương pháp Hoa Tuyết phát huy tác dụng tốt hơn.

ĐIỀU CẦN LÀM TRƯỚC HẾT

Trước khi bạn thực hiện bất cứ bước nào, bạn nên xác định rõ thể loại tiểu thuyết mình định viết, cũng như độc giả mục tiêu. Đích đến của một tiểu thuyết gia là làm hài lòng đối tượng độc giả mục tiêu của mình.

Xác định độc giả mục tiêu có nghĩa là bạn quyết định chính xác kiểu câu chuyện mình muốn viết. Sau đó, độc giả mục tiêu của bạn sẽ là kiểu người có xu hướng hài lòng với kiểu câu chuyện đó. Bản thân bạn cũng có thể chính là độc giả mục tiêu của mình. Còn nếu không, việc hình dung ra một người cụ thể sẽ rất hữu ích.

Hãy viết xuống câu trả lời cho các câu hỏi sau:

Thể loại truyện của tôi là:___________

Đây là kiểu câu chuyện tôi muốn viết:

____

Kiểu câu chuyện này sẽ làm hài lòng độc giả mục tiêu của tôi bởi vì: __________

BƯỚC 1: MỘT CÂU TÓM TRUYỆN

Hãy dành 1 giờ để tạo ra một câu duy nhất tóm lại toàn bộ cuốn tiểu thuyết của bạn. Cố gắng giữ nó dưới 25 chữ nếu có thể. Tập trung vào một hoặc hai nhân vật chính và mục tiêu của họ trong câu chuyện. Lưu ý đừng vội đưa ra phần kết.

Phần một câu tóm truyện này là một công cụ marketing để giúp bạn kích thích sự tò mò. Nó càng ngắn càng tốt, vì bạn muốn nó dễ nhớ. Khi ai đó hỏi bạn về cuốn sách, bạn có thể đơn giản sử dụng nó mà không cần phải suy nghĩ.

Mục đích của một câu tóm truyện là để giúp mọi người ngay lập tức hiểu được liệu họ có phải là độc giả mục tiêu của bạn hay không.

Nếu có, họ sẽ nói, "Hãy cho tôi biết thêm."

Còn nếu không, họ sẽ nói, "Ô, hãy nhìn đồng hồ kìa!" và sau đó chuyển sang chủ đề khác.

Câu tóm truyện này cũng sẽ giúp độc giả của bạn có thể dễ dàng giải thích cuốn sách cho bạn bè của họ. Do đó, đây là yếu tố cực kỳ quan trọng để giúp sách của bạn có thể được truyền miệng một cách dễ dàng.

BƯỚC 2: MỘT ĐOẠN TÓM TRUYỆN

Hãy dành thêm 1 giờ để mở rộng câu tóm truyện thành một đoạn 5 câu theo cấu trúc sau:

1) Giải thích bối cảnh câu chuyện, giới thiệu một hoặc hai nhân vật chính.

2) Tóm lại Hồi 1 và kết thúc với thảm họa đầu tiên—buộc nhân vật chính phải cam kết đi hết câu chuyện.

3) Tóm lại nửa đầu của Hồi 2, kết thúc với thảm họa thứ hai—khiến nhân vật chính thay đổi lý tưởng đạo đức sai lầm nào đó. Hệ quả là họ sẽ cam kết đi theo một lối suy nghĩ mới suốt nửa chuyện tiếp theo.

4) Tóm lại nửa cuối của Hồi 2, kết thúc với thảm họa thứ ba—buộc nhân vật chính và kẻ phản diện đều phải cam kết đi tới phần cuối của câu chuyện.

5) Tóm lại Hồi 3, nơi bạn sẽ tiến đến cảnh cuối cùng khi nhân vật chính hoặc là thành công, hoặc là thất bại. Sau đó bạn giải quyết câu chuyện bằng cái kết ngọt ngào, cay đắng, hoặc kết hợp cả hai.

Mục đích của một đoạn tóm truyện là để chắc chắn rằng câu chuyện của bạn chặt chẽ hơn với cấu trúc Tam Hồi cùng ba thảm họa khốc liệt, và có lý tưởng đạo đức rõ ràng.

Bạn có thể sử dụng một đoạn tóm truyện để giới thiệu tiểu thuyết của mình đến với các đại diện và nhà biên tập, nhưng đừng bao giờ chia sẻ nó với độc giả. Nhà đại diện và các biên tập viên cần biết trước câu chuyện của bạn sẽ kết thúc thế nào, còn độc giả của bạn thì mong muốn sự bất ngờ.

BƯỚC 3: TÓM TẮT NHÂN VẬT

Với mỗi nhân vật quan trọng, hãy dành một giờ để tạo ra bản tóm tắt những điều thiết yếu về nhân vật đó. Dưới đây là những thứ bạn nên quan tâm:

Vai trò: Nam chính, nữ chính, phản diện, phụ tá, đồng minh...

Tên: Tên nhân vật.

Mục tiêu: Điều gì đó cụ thể mà nhân vật mong muốn đạt được.

Tham vọng: Một khát khao của họ, thường là khá trừu tượng.

Những giá trị: Một vài câu bắt đầu bằng, "Không gì quan trọng hơn là ..."

Xung đột: Những điều gì liên tục cản trở nhân vật này đạt được mục tiêu của họ.

Chuyển biến: Kết thúc câu chuyện, nhân vật này sẽ học được điều gì?

Một câu tóm truyện: Một câu tóm tắt câu chuyện của nhân vật này. Dù cuốn tiểu thuyết của bạn nói về nhân vật chính, nhưng thực ra tất cả mọi nhân vật đều là người hùng trong câu chuyện của họ.

Một đoạn tóm truyện: Hãy tạo ra một đoạn tóm tắt câu chuyện theo cấu trúc Tam Hồi cho nhân vật này, tương tự như của nhân vật chính.

Bạn có thể sẽ thấy không phải tất cả những điều này đều có ý nghĩa với nhân vật của bạn. Rất thường xuyên, kẻ phản diện sẽ không có sự chuyển biến. Một vài nhân vật chỉ đóng vai trò rất nhỏ, nên chỉ cần một câu hoặc một đoạn tóm tắt là đủ. Bạn không nhất thiết phải điền đầy đủ chi tiết về mọi thông tin của mọi nhân vật.

BƯỚC 4: MỘT TRANG TÓM TRUYỆN

Hãy dành thêm một giờ nữa để mở rộng một đoạn tóm truyện thành một trang kín chữ. Hãy đơn giản là mở rộng mỗi một câu trong đoạn đó thành một đoạn trọn vẹn hơn.

Nếu bạn viết dài hơn một trang cũng không sao. Bản tóm tắt một trang này mục đích chính là dành cho bạn.

Bạn không nhất thiết phải cho bất cứ ai xem. Mục đích của nó là để giúp bạn bắt đầu làm cho câu chuyện của mình trở nên chi tiết hơn.

Thi thoảng có người tự hỏi rằng bản tóm tắt một trang này khi xuống dòng, thì có cần thêm khoảng trống rộng hơn giữa các đoạn hay không.

Một lần nữa, bản tóm tắt này là để bạn tham khảo, bạn đơn giản chỉ cần enter xuống dòng giữa mỗi đoạn. Và bạn sẽ có một trang khoảng 500 chữ là đẹp nhất. Còn nếu bạn muốn thêm khoảng trống để dễ đọc thì có thể nó sẽ dài hơn một trang, nhưng hãy nhớ sẽ không ai chấm điểm số trang đâu, nên bạn đừng lo lắng.

BƯỚC 5: NHÂN VẬT TRONG MỘT TRANG

Hãy đầu tư một giờ cho mỗi nhân vật, suy nghĩ về phần tiền truyện của họ, cũng như vai trò của họ trong câu chuyện chính. Thông thường, nửa trang đến một trang là hợp lý. Hãy giải thích tại sao nhân vật đó lại đang sống như hiện tại, và điều họ hướng đến là gì. Hãy ghi chú bất cứ chi tiết nào bạn cảm thấy thú vị. Hãy giải thích tại sao chúng lại phù hợp để đưa vào câu chuyện.

Bản tóm tắt một trang của nhân vật này cũng chỉ để bạn tham khảo. Chúng giúp bạn có được sự đồng cảm với mỗi nhân vật. Hãy chú ý đặc biệt đến kẻ phản diện, bởi vì nhân vật này thường không được quan tâm. Hãy cố gắng hiểu thấu tâm can của nhân vật phản diện.

Nếu bạn thực hiện tốt bước này, bạn cũng có thể đưa chúng vào trong bản dự thảo gửi cho nhà xuất bản. Các biên tập viên thích điều này, bởi vì một cuốn tiểu thuyết hay sẽ xoay quanh những nhân vật ấn tượng.

Có rất ít tiểu thuyết gia đưa phần tóm tắt nhân vật vào trong bản dự thảo gửi nhà xuất bản, vì họ hay cảm thấy xấu hổ do những phần này thường không hấp dẫn bằng mạch truyện chính, vốn là điều thiết yếu trong một bản dự thảo.

BƯỚC 6: BẢN TÓM TẮT DÀI

Hãy dành 2 giờ để mở rộng bản tóm tắt một trang của bạn thành 4-5 trang. Hãy đơn giản là phát triển mỗi đoạn trong bản tóm tắt đó thành một trang hoàn chỉnh là xong.

Bản tóm tắt 4 trang này cũng chỉ để tham khảo và bạn sẽ không cần phải cho ai xem cả. Mục đích của nó là để giúp bạn xây dựng và bổ sung rất nhiều chi tiết cho câu chuyện của mình.

Mọi người hay hỏi bản này thì có liên quan gì đến bản tóm tắt mà bạn cần đưa vào trong dự thảo gửi nhà xuất bản. Thực ra, bản tóm tắt gửi nhà xuất bản thì nên ngắn thôi, khoảng 2-4 trang là được.

Tôi khuyến khích bạn hãy viết bản tóm tắt 4 trang đầu tiên, và sau đó cắt giảm chúng sao cho tạo thành một bản tóm tắt hoàn chỉnh ngắn gọn hơn trong dự thảo. Việc này sẽ đòi hỏi thêm thời gian, nhưng mỗi bản tóm tắt đều có mục đích nhất định của chúng.

BƯỚC 7: TỪ ĐIỂN NHÂN VẬT

Hãy dành vài giờ cho mỗi nhân vật, đi sâu vào họ bằng cách tạo ra một từ điển nhân vật cho mỗi người. Đây là nơi bạn sẽ lưu mọi thông tin chi tiết về nhân vật.

Dưới đây là những thứ tôi thường để ý cho vào từ điển nhân vật:

Thông tin bên ngoài: Họ tên, tuổi, ngày sinh, chiều cao, cân nặng, dân tộc, màu tóc, màu mắt, đặc điểm nhận dạng, cách ăn mặc.

Thông tin tính cách: Sự hài hước, tính tình, tôn giáo, đảng phái chính trị, sở thích, những bài hát, cuốn sách, hoặc bộ phim, màu sắc yêu thích, đồ đạc trong ví hoặc túi xách.

Thông tin bối cảnh: Gia đình, học vấn, kinh nghiệm làm việc, các thành viên trong gia đình, những người bạn và kẻ thù.

Thông tin tâm lý: Những kỷ niệm tuổi thơ hạnh phúc và đau đớn nhất, một câu miêu tả tính cách, điểm mạnh và điểm yếu lớn nhất, sự mâu thuẫn trong tính cách, hy vọng lớn nhất và nỗi sợ lớn nhất, triết lý sống, cách nhân vật nhìn nhận bản thân, và cách mọi người nhìn nhận nhân vật đó.

Nếu tìm kiếm online, bạn sẽ thấy có một danh sách dài những câu hỏi có thể sử dụng để giúp bạn xây dựng từ điển nhân vật. Không có gì là hoàn hảo, nhưng chúng sẽ cho bạn những ví dụ về các việc nên làm để xây dựng từ điển nhân vật.

Ở chương sau, bạn sẽ tìm thấy những câu hỏi mà tôi sử dụng để tạo ra từ điển nhân vật của Goldilocks và các nhân vật khác trong cuốn sách này.

Một gợi ý khác là bạn có thể tìm một bức ảnh một nhân vật nào đó trông tương tự như nhân vật của bạn.

Và đây là nơi mà bạn sẽ đi rất sâu. Bạn muốn biết về bối cảnh gia đình, tôn giáo, chính trị, triết lý và tính cách của nhân vật.

Tất nhiên, có vô số câu hỏi hay mà bạn có thể dành cho mỗi nhân vật. Có những tác giả nhấn mạnh bạn cần phải biết chi tiết đến cả mùi vị kem mà nhân vật đó yêu thích. Nếu điều đó quan trọng với bạn và độc giả mục tiêu của bạn, hãy viết xuống. Còn nếu không, bạn có thể bỏ qua.

BƯỚC 8: DANH SÁCH PHÂN CẢNH

Hãy dành một vài ngày để tạo ra một danh sách chứa đựng mọi phân cảnh có thể có trong tiểu thuyết của bạn.

Phân cảnh chính là đơn vị nền tảng tạo ra một cuốn tiểu thuyết. Mỗi phân cảnh sẽ xảy ra tại một thời điểm và địa điểm cụ thể và bao gồm một số nhân vật nhất định.

Mỗi phân cảnh đều cần phải có xung đột. Nếu không có mâu thuẫn hay xung đột, nó sẽ đánh mất vai trò của nó và bạn cần phải tạo ra xung đột hoặc là cắt bỏ phân cảnh đó. Đừng cố gắng thêm phân cảnh nào đó chỉ vì nó thêm chút gia vị hoặc giải thích phần tiền truyện, hay động cơ của nhân vật. Hãy nhớ rằng chính xung đột là nguồn nguyên liệu dồi dào và tuyệt vời sẽ thúc đẩy câu chuyện.

Tôi khuyến khích bạn hãy sử dụng bảng tính Excel để tạo ra danh sách phân cảnh. Mỗi một hàng trên bảng tính sẽ đại diện cho một phân cảnh.

Bạn sẽ có một cột để ghi chú phân cảnh đó dưới góc nhìn của nhân vật nào. Một cột khác khá rộng để tóm tắt những gì diễn ra trong phân cảnh. Bạn có thể thêm những cột khác để ghi lại mốc thời gian, ước lượng số từ hoặc những chi tiết khác. Danh sách phân cảnh này có thể rất chi tiết hoặc đơn giản, tùy bạn.

Có một vài tác giả sử dụng những tấm thẻ theo kích thước 3 x 5 tương ứng với mỗi phân cảnh. Cách đó cũng tốt, nhưng sử dụng bảng tính thì có lợi thế hơn.

Cho dù bạn làm thế nào, hãy tạo ra danh sách này. Nó sẽ giúp bạn có một cái nhìn tổng quan về câu chuyện và bạn có thể tráo đổi vị trí các phân cảnh cho nhau nếu cảm thấy cần thiết.

BƯỚC 9: KẾ HOẠCH PHÂN CẢNH

Hãy dành 5 phút cho mỗi phân cảnh, viết xuống một vài thông tin cốt yếu sẽ giúp bạn viết được nó một cách chi tiết. Bạn có thể tạo ra một danh sách các nhân vật xuất hiện trong cảnh đó. Bạn cũng có thể mô tả bối cảnh. Hoặc nếu bạn có một vài ý tưởng câu thoại hay ho nào đó, thì đây là nơi bạn ghi chú.

Tôi rất khuyến khích bạn tập trung phân tích xung đột trong cảnh đó và phân loại xem nó thuộc phân cảnh chủ động hay bị động.

Một phân cảnh chủ động sẽ có cấu trúc này:

1) Mục tiêu

2) Xung đột

3) Trở ngại

Còn một phân cảnh phản ứng có cấu trúc này:

1) Phản ứng

2) Khó xử

3) Quyết định

Không có một tiêu chuẩn nào về độ dài mỗi phân cảnh. Chúng có thể từ 100 cho tới 5.000 chữ. Cá nhân tôi khi viết các tiểu thuyết hồi hộp gay cấn thì thường nhắm tới tầm 1.000 chữ cho một cảnh, tương đương với khoảng 4 trang trên bản thảo. Những tiểu thuyết có nhịp điệu nhanh thường sẽ có phân cảnh ngắn hơn. Tiểu thuyết nhịp điệu chậm thì thường có cảnh dài. Hãy cứ chọn độ dài của phân cảnh phù hợp với bạn.

BƯỚC 10: VIẾT TIỂU THUYẾT

Đến bước này, bạn đã có một cấu trúc câu chuyện rất chặt chẽ. Câu chuyện đã có điểm nhấn và được cấu trúc theo Tam Hồi. Nó đã có nhiều nhân vật với động cơ rõ ràng và sâu sắc. Nó cũng đã có một danh sách hoàn chỉnh các phân cảnh, và mỗi phân cảnh đều có một xung đột mạnh mẽ để thúc đẩy câu chuyện.

Tới lúc này, chắc chắn bạn sẽ hào hứng cực kỳ và muốn bắt tay vào viết.

Hãy viết thôi.

Với mỗi cảnh trong danh sách, hãy đọc tất cả những gì mà bạn đã lập kế hoạch và đơn giản là đánh máy.

Với một tiểu thuyết gia Hoa Tuyết, thì đây là niềm vui: Bạn bắt đầu viết bản thảo đầu tiên của một cuốn tiểu thuyết mà bạn biết chắc rằng nó sẽ cực hay.

TỔNG KẾT LẠI

Hãy nhớ rằng không phải mọi người đều là những tiểu thuyết gia Hoa Tuyết, và điều đó cũng tự nhiên thôi. Có những người phải viết theo phong cách trực giác, có những người thì phải lập đề cương chi tiết. Có những người thì có những mô hình sáng tác khác của riêng họ.

Điều quan trọng nhất là bạn tìm ra một cách phù hợp với mình, để có thể tạo ra được bản thảo đầu tiên của cuốn tiểu thuyết.

Nếu phương pháp Hoa Tuyết phù hợp với bạn, thì hãy vui vẻ sử dụng nó.

Nếu một vài phần nào đó trong phương pháp này hợp với bạn, hãy sử dụng chúng và cảm thấy hạnh phúc.

Còn nếu chẳng có phần nào mà bạn thấy hiệu quả, thì hãy vui vẻ tìm tới một phương pháp khác.

Phương pháp Hoa Tuyết chính xác là công cụ đã giúp tôi xuất sắc tạo ra những cuốn tiểu thuyết của mình. Và nếu như bạn đã sử dụng nó để định hướng sự sáng tạo và viết ra một câu chuyện mạnh mẽ, thì tôi cảm thấy rất vui.

Vào đầu năm 2003, đó là lần đầu tiên tôi đăng một bài viết về phương pháp Hoa Tuyết trên website của mình. Sau đó, bài viết đã cán mốc hơn 3,9 triệu lượt đọc và đã có rất nhiều tác giả cảm thấy nó rất hữu ích. Nên tôi ước tính rằng có khoảng 10.000 tác giả trên thế giới đã sử dụng nó.

Tôi chúc bạn thành công trong sự nghiệp viết lách, dù bạn có sử dụng phương pháp nào đi chăng nữa.

Hãy luôn vui vẻ!
Randy Ingermanson ("Hoa Tuyết Gia")
Tháng 5 năm 2014

Tái bút. Nếu bạn cảm thấy phương pháp Hoa Tuyết hữu ích, thì tôi rất mong được nghe tin của bạn. Hãy ghé thăm AdvancedFictionWriting.com và gửi cho tôi một email qua mục liên hệ. Được lắng nghe thành công của bạn luôn khiến mỗi ngày của tôi trở nên thật tuyệt.

Chương 20
BẢN THIẾT KẾ HOA TUYẾT CỦA SÁCH

Tôi đã thiết kế câu chuyện trong cuốn sách này bằng chính phương pháp Hoa Tuyết. Trong chương này, bạn sẽ được bật mí bản thiết kế đó. Hãy chú ý rằng bản thiết kế ở đây có thể có những chỗ chưa khớp với câu chuyện cuối cùng. Điều đó không sao cả. Mục tiêu của phương pháp Hoa Tuyết là để bạn viết xong sách. Trong quá trình viết, câu chuyện của bạn có thể có sự tiến hóa và thay đổi. Đó là điều bình thường, nên bạn không cần phải bó buộc mình vào bản thiết kế ban đầu.

Tôi đã tạo ra chương này một bằng phần mềm của mình có tên là Snowflake Pro và sau đó xuất file văn bản để đưa vào sách. Tôi đã chỉnh sửa và định dạng lại một chút cho phù hợp với sách, cũng như có một vài thay đổi trong bản cuối cùng. Bởi vì câu chuyện này khá ngắn, nên tôi đã bỏ qua bản tóm tắt dài. Điều quan trọng là bạn linh hoạt áp dụng phương pháp Hoa Tuyết cho sách của mình.

THÔNG TIN SÁCH

Tiêu đề: Cách viết tiểu thuyết với phương pháp Hoa Tuyết

Thể loại: Truyện ngụ ngôn kết hợp chia sẻ kinh nghiệm.

Độ dài mục tiêu: 40.000 chữ.

Độc giả mục tiêu: Một tiểu thuyết gia muốn viết sách nhưng chưa biết bắt đầu từ đâu.

THÔNG TIN TÁC GIẢ

Họ tên: Randy Ingermanson

BƯỚC 1: MỘT CÂU TÓM TRUYỆN

Một phụ nữ trẻ có ước mơ viển vông là viết tiểu thuyết, nhưng lại sợ mọi người không yêu thích tác phẩm của mình.

BƯỚC 2: MỘT ĐOẠN TÓM TRUYỆN

Goldilocks luôn muốn viết một quyển tiểu thuyết, nhưng mọi người trong gia đình nói rằng nó thật "viển vông". Vì vậy, cô đã từ bỏ ước mơ của mình cho đến khi con cái khôn lớn và đến trường. Cô đã tham gia một lớp học viết lách tại một hội thảo, và Gấu Baby đã gợi ý cô thử phương pháp Hoa Tuyết. Tuy nhiên, sau đó, chú ta đã bị Sói Big Bad bắn hạ. Goldilocks bắt đầu thử áp dụng phương pháp, nhưng khi cô tạo ra một kẻ phản diện có chiều sâu, Heo Little nói rằng cô đã hủy hoại câu chuyện của mình. Cô đi ăn trưa với Sói Big Bad và nhận ra rằng anh ta là một người tuyệt vời dù vẻ ngoài có hơi hung tợn. Cô thực sự muốn anh ta trở thành nhà đại diện của mình. Tuy nhiên, ngay sau đó, sói bị kết tội sát hại Heo Little. Goldilocks tìm chứng cứ để giải oan cho anh ta, nhưng tên sát thủ thực sự đã tìm cách giết cô. May mắn thay, cô đã vô hiệu hóa hắn bằng lọ xịt hơi cay và lấy lại tự do cho Sói Big Bad.

BƯỚC 3: TÓM TẮT NHÂN VẬT

Goldilocks

Vai trò: Nữ chính kiêm phản diện (bản thân cô ấy là kẻ thù lớn nhất của chính mình)

Giá trị:

Không gì quan trọng hơn là được làm điều bạn yêu thích.

Không gì quan trọng hơn việc người khác nghĩ tốt về mình.

Không gì quan trọng hơn là làm những điều đúng đắn.

Tham vọng: Trở thành tiểu thuyết gia vĩ đại.

Mục tiêu: Hoàn thành bản thảo đầu tiên cuốn tiểu thuyết.

Xung đột: Không biết bắt đầu như thế nào vì cô ấy sợ rằng mình không phải là một tiểu thuyết gia tốt và lo lắng về việc mọi người sẽ nghĩ gì về mình.

Chuyển hóa: Cô đã học được cách tin tưởng vào bản năng kể chuyện của mình.

Gấu Baby

Vai trò: Người cố vấn.

Giá trị:

Không gì quan trọng hơn là sự thật.

Không gì quan trọng hơn là viết lách suôn sẻ.

Không gì quan trọng hơn là việc bồi dưỡng tài năng.

Tham vọng: Trở thành giáo viên dạy tiểu thuyết tuyệt vời nhất thế giới.

Mục tiêu: Dạy cho Goldilocks cách lên kế hoạch cho cuốn tiểu thuyết trước khi cô bắt đầu viết nó.

Xung đột: Goldilocks có những nỗi sợ phi lý rằng cô không có tài năng viết lách.

Chuyển hóa: Không xác định.

Một câu tóm truyện: Một chú gấu trẻ phải dạy một lớp học dành cho những nhà văn mới bắt đầu, giúp họ trở thành tiểu thuyết gia chuyên nghiệp. Tuy nhiên, học viên tiềm năng nhất của chú lại không tự tin vào khả năng của mình, và người bạn đại diện văn học của chú ta lại luôn khiến mọi người xa lánh.

Một đoạn tóm truyện: Gấu Baby mời bạn của chú ấy, Sói Big Bad, đến giúp mình trong một hội thảo viết lách. Goldilocks đang có sự tiến triển và có vẻ như cô ấy rất có năng khiếu, nhưng lại có mâu thuẫn với Sói Big Bad. Khi mâu thuẫn được giải quyết, Gấu Baby đã thúc đẩy Goldilocks cải tiến nhân vật phản diện của mình. Tuy nhiên, sau đó Heo Little gần như đã thuyết phục được cô rằng đó là một bước đi sai lầm. Ngay khi Goldilocks vừa mới tự tin hơn một chút, thì Sói Big Bad đã sát hại Heo Little. Goldilocks đã bị phân tâm vào việc giúp đỡ giải oan cho cậu ta. Cuối cùng, Goldilocks đã đúng và Sói vô tội. Gấu Baby đã nhận định đúng về họ.

Sói Big Bad

Vai trò: Cố vấn

Giá trị:

Không gì quan trọng hơn là làm một việc gì đó to lớn trong đời.

Không gì quan trọng hơn là thành thật với bản thân.

Không gì quan trọng hơn là một đường lối phi bạo lực.

Tham vọng: Trở thành nhà đại diện văn học vĩ đại nhất thế giới.

Mục tiêu: Tìm thấy một tiểu thuyết gia mới nổi mà anh ta có thể biến thành một ngôi sao.

Chuyển hóa: Chưa xác định.

Một câu tóm truyện: Một anh sói trẻ trung và đầy tham vọng, đi tìm kiếm một nhà văn có thể tạo ra hiện tượng lớn tiếp theo, nhưng anh ta có tiếng tăm xấu đồng thời bị mọi người xa lánh.

Một đoạn tóm truyện: Sói Big Bad bị vu oan cho việc giết hai con heo ở tuổi 19 và phải đi tù, nhưng sau đó anh ta được ân xá. Bây giờ anh ấy đang trở thành một nhà đại diện văn học mới nổi và tới hội thảo viết lách để tìm kiếm tài năng. Tuy nhiên, cách nói chuyện thẳng thắn của anh ấy đã khiến Goldilocks e ngại. Heo Little ở hội thảo cũng cố gắng làm khó Sói Big Bad. Khi Heo Little cố gắng tách Goldilocks ra khỏi sứ mệnh của mình, thì Sói Big Bad đã cố ngăn ông ta. Tuy nhiên, sau khoảng 1 giờ đồng hồ, Heo Little bị sát hại. Goldilocks đã tìm ra chứng cớ giúp minh oan cho Sói Big Bad và anh ta được thả tự do.

Heo Little

Vai trò: Một người chống đối, nạn nhân của vụ giết người trong mạch truyện phụ.

Giá trị:

Không gì quan trọng hơn tiền bạc.

Không gì quan trọng hơn sự sinh tồn.

Không gì quan trọng hơn sự nổi tiếng.

Tham vọng: Trở thành một tiểu thuyết gia nổi tiếng, mà không phải động tay động chân tới viết lách.

Mục tiêu: Tham gia lớp học tiểu thuyết với mong muốn tìm ra con đường tắt để xuất bản, hoặc thuê ai đó viết hộ mình.

Xung đột: Việc viết lách khó hơn ông ta tưởng và thà thuê ai đó làm còn hơn là tự mình làm.

Chuyển hóa: Chưa xác định.

Một câu tóm truyện: Một bác heo giàu có, tham gia khóa học viết tiểu thuyết vì nghĩ rằng viết một cuốn tiểu thuyết bán chạy là rất dễ.

Một đoạn tóm truyện: Heo Little đã có một sự nghiệp kinh doanh thành công và đang tìm cách nghỉ hưu, viết một quyển tiểu thuyết xuất chúng về một thiên tài đáng kinh ngạc. Khi nhận ra việc này khó hơn mình tưởng, bác đã cố tìm kiếm đồng tác giả, nhưng chẳng ai tỏ ra hứng thú. Bác ta đã hỏi Goldilocks giúp đỡ, nhưng Sói Big Bad đã can thiệp và xua đuổi Heo Little. Trong khi đó, cháu của Heo Little đã cố gắng xin việc từ bác ta nhưng không thành, và đã đến hội thảo tìm kiếm bác. Heo Tiny đã sát hại Heo Little và vu oan cho Sói Big Bad, nhưng đã bị Goldilocks bắt gặp khi cô đang tìm cách chứng minh Sói Big Bad vô tội.

Heo Tiny

Vai trò: Một nhân vật phụ phản diện trong mạch truyện thứ hai.

Giá trị:

Không gì quan trọng hơn là có những khoảng thời gian vui vẻ.

Không gì quan trọng hơn là trở nên giàu có.

Không gì quan trọng hơn là có một tá bạn bè.

Tham vọng: Trở thành một chú heo nổi tiếng và giàu có trong cộng đồng mà không phải làm việc chăm chỉ.

Mục tiêu: Có được một công việc nhàn hạ lương cao từ người chú của mình là Heo Little, đang điều hành một tập đoàn lớn.

Xung đột: Heo Little chuẩn bị nghỉ hưu và không muốn cho Heo Tiny một công việc vì sự lười biếng của cậu ta. Sau đó, Heo Tiny nhận ra chính Heo Little đã sát hại cha mình.

Chuyển hóa: Không xác định.

Một câu tóm truyện: Một chú heo trẻ lười biếng cố gắng thuyết phục người chú ruột giàu sụ của mình để có được một công việc nhàn hạ.

Một đoạn tóm truyện: Heo Tiny đã có khoảng thời gian học đại học phóng túng với rượu bia và gái gú. Cha của cậu qua đời và mẹ thì không quan tâm đến cậu. Tài sản thừa kế của Heo Tiny đang cạn kiệt, và cậu buộc phải bán hết cổ phiếu để sinh tồn. Heo Tiny đến gặp chú mình để xin một công việc nhàn hạ, nhưng Heo Little lại chuẩn bị nghỉ hưu và không cho cậu ta một cơ hội. Heo Tiny nhận ra rằng chính chú đã giết cha mình để thừa kế mọi thứ, và đã nhờ ai đó tạo ra một mũi tiêm để làm tê liệt ông ta. Heo Tiny đã giết Heo Little, và sau đó vu oan cho Sói Big Bad, nhưng bắt gặp Goldilocks đang cố gắng tìm chứng cứ vô tội cho sói. Heo Tiny còn một mũi tiêm dự phòng và đã cố gắng giết Goldilocks, nhưng lọ xịt hơi cay đã làm kế hoạch của cậu đổ bể và cậu đã bị Robin Hood bắt giữ.

Bà Hubbard

Vai trò: Một người bạn.

Giá trị:

Không gì quan trọng hơn là có một cái tủ chén đầy ắp.

Không gì quan trọng hơn gia đình.

Tham vọng: Một ngày nào đó viết được một câu chuyện và trở nên giàu có.

Mục tiêu: Viết một cuốn tiểu thuyết dựa trên câu chuyện cá nhân của mình về cái tủ chén trống rỗng.

Xung đột: Bà ấy không có nhiều câu chuyện.

Chuyển hóa: Bà ta nhận ra mình không muốn trở thành tiểu thuyết gia, mà chỉ đơn giản là muốn làm giàu.

Một câu tóm truyện: Một phụ nữ già quyết định kiếm tiền nhanh chóng bằng cách kể lại trải nghiệm của mình như một góa phụ nghèo khổ dưới hình thức tiểu thuyết.

Robin Hood

Vai trò: Một người bạn.

Giá trị:

Không gì quan trọng hơn là tự do.

Không gì quan trọng hơn là dắt mũi quận trưởng Nottingham.

Tham vọng: Sống một cuộc đời phiêu lưu.

Mục tiêu: Viết một câu chuyện về cuộc đời tuyệt vời của mình khi sống ngoài vòng pháp luật.

Xung đột: Anh ta khá là nông cạn và không thực sự muốn làm việc chăm chỉ.

Chuyển hóa: Không xác định.

Một câu tóm truyện: Không xác định.

Một đoạn tóm truyện: Không xác định.

Gấu Papa

Vai trò: Nhân vật phụ.

Giá trị: Không xác định.

Tham vọng: Muốn dạy mọi người phương pháp viết tiểu thuyết của mình.

Mục tiêu: Dạy cách lên đề cương chi tiết cho những nhà văn trẻ ở hội thảo.

Xung đột: Không xác định.

Chuyển hóa: Không xác định.

Một câu tóm truyện: Không xác định.

Một đoạn tóm truyện: Không xác định.

Gấu Mama

Vai trò: Nhân vật phụ.

Giá trị: Không xác định.

Tham vọng: Muốn dạy mọi người phương pháp viết tiểu thuyết của mình.

Mục tiêu: Muốn dạy mọi người ở hội thảo biết cách làm sao để viết một cách thuận theo tự nhiên.

Xung đột: Không xác định.

Chuyển hóa: Không xác định.

Một câu tóm truyện: Không xác định.

Một đoạn tóm truyện: Không xác định.

BƯỚC 4: MỘT TRANG TÓM TRUYỆN

Goldilocks luôn muốn viết tiểu thuyết, mọi người trong gia đình nói rằng điều đó là phi thực tế nên cô đã phải gác lại ước mơ của mình, chỉ cho tới khi con cái lớn khôn và đến tuổi đi học. Cô quyết định tham gia một hội thảo viết lách, đầu tiên cô thử phương pháp lập đề cương của Gấu Papa nhưng nó quá khó. Sau đó, cô thử phương pháp viết theo tự nhiên của Gấu Mama nhưng nó cũng không hợp. Cuối cùng, cô học phương pháp Hoa Tuyết từ Gấu Baby. Mọi thứ có vẻ khả quan, nhưng sau đó Heo Little tính toán rằng với tốc độ đó, cô sẽ không bao giờ hoàn thành được cuốn tiểu thuyết. Goldilocks không biết phải nghĩ sao, cô trở nên dao động. Đúng lúc đó Sói Big Bad bước vào lớp, chĩa súng và bắn gục Gấu Baby.

Goldilocks đã lồng lộn lên và tấn công Sói Big Bad. Gấu Baby bật dậy và giải thích rằng chú ta chỉ giả chết và đó là một màn diễn để cho thấy tầm quan trọng của việc sử dụng thảm họa giữa mỗi phần. Goldilocks đã nhận ra giá trị của cấu trúc Tam Hồi, và cô đã tạo ra một đoạn tóm truyện khiến cả lớp nín thở. Tuy nhiên, khi bắt đầu sang bước danh sách nhân vật, cô tập trung vào nam, nữ chính, và hoàn toàn thờ ơ với kẻ phản diện. Heo Little muốn viết một cuốn tự truyện và tìm một đồng tác giả để có thể viết hộ ông ta. Goldilocks tạo ra một một trang tóm truyện xuất sắc, Sói Big Bad nói cô ấy có tài năng và mời cô ăn trưa. Ngay ở chuyên đề sau, sói biến mất còn Gấu Baby thì xem bảng tóm tắt nhân vật của cô, và nói rằng kẻ phản diện chưa có chiều sâu.

Goldilocks đã thử lại và làm cho nhân vật phản diện nên sâu sắc hơn, nhưng Heo Little đã chế giễu rằng cô ấy sẽ không thể nào gây ấn tượng được với Sói Big Bad với một kẻ phản diện như thế.

Goldilocks tới chỗ ăn trưa, cô cảm thấy kinh hãi vì những gì mà Sói Big Bad có thể nói. Liệu anh có chế giễu cô như là Heo Little? Liệu cô có đánh mất cơ hội làm việc với một đại diện văn học tốt? Cô quyết định rằng mình phải ngừng lo lắng về những gì người khác sẽ nghĩ. Cô nói chuyện với Sói Big Bad về cuốn tiểu thuyết và cho anh ta xem bản tóm tắt nhân vật, và anh ta bắt đầu khóc. Anh ta nói cảm giác làm kẻ phản diện thật là đau khổ. Sẽ chẳng có ai hiểu bạn và họ nghĩ bạn thật xấu xa. Anh ta kể câu chuyện hồi còn trẻ khi đã bị vu oan giết hai con heo. Anh ấy đã phải đi tù và không ai tin rằng anh vô tội. Goldilocks nhận ra anh có một trái tim ấm áp, và cô rất muốn anh trở thành nhà đại diện của mình. Sau bữa trưa, Goldilocks phàn nàn với Gấu Baby rằng bây giờ thì cô ấy phải sửa lại câu chuyện. Chú ta giải thích việc làm như vậy là hoàn toàn bình thường với những tiểu thuyết gia Hoa Tuyết, và phương pháp này khuyến khích chúng ta chỉnh sửa càng sớm càng tốt, trước khi đã viết quá nhiều.

Sáng hôm sau, Gấu Baby dạy về cách tạo ra một bản tóm dài. Heo Little gây áp lực với Goldilocks để giúp bác ta viết câu chuyện, Sói Big Bad đã cản trở và đuổi bác ta đi. Heo Little chạy ra khỏi phòng trong sự giận dữ. Sau đó, Gấu Baby đưa Goldilocks lên ghế nóng và tiếp tục giúp cô phát triển từ điển nhân vật. Sói Big Bad cuộn tròn mình ở góc sau phòng và ngủ. Gấu Baby đã quay cô như chong chóng một hồi cho tới khi một thợ ảnh xuất hiện để chụp họ. Không ai để ý Sói Big Bad đã ra ngoài từ lúc nào. Sau đó, tất cả đều nhận ra tiếng còi cứu thương. Gấu Baby chạy đi điều tra và nhận ra Heo Little đã bị sát hại. Chỉ tới lúc đó, mọi người mới để ý Sói Big Bad đã biến mất.

Tất cả đều chạy ra ngoài xem chuyện gì xảy ra. Cảnh sát bắt giữ Sói Big Bad. Gấu Papa giải thích rằng bác ta phát hiện thi thể của Heo Little và bắt quả tang Sói Big Bad đang rửa tay trong phòng vệ sinh nam. Bác đã bắt giữ hắn ngay lập tức rồi gọi cảnh sát.

Mọi người đều cảm thấy rõ ràng Sói Big Bad là thủ phạm. Goldilocks ghé thăm anh ta trong tù và anh nhấn mạnh rằng mình hoàn toàn vô tội và đã bị vu oan một lần nữa. Cô tin tưởng anh ta và đã dành cả tối để tìm ra cách giải oan cho anh, nhưng chẳng đi đến đâu cả. Cuối cùng, phải rất khuya thì cô mới làm bài tập về nhà, và lờ đờ bước đến lớp học vào sáng hôm sau.

Gấu Baby nói về những yếu tố trong danh sách phân cảnh và giải thích cách để tạo ra chúng. Khi chú ta đề cập đến mốc thời gian, Goldilocks đã tỏ ra rất hứng thú và ngay lập tức phi ra ngoài. Cô tìm Gấu Papa và xem hóa đơn cà phê của bác ta. Cô đã thấy máy ảnh của người thợ chụp và đã mượn tạm nó. Cô đến một vị trí yên tĩnh ở quán cà phê để xem ảnh. Heo Tiny, cháu của Heo Little, đã xuất hiện và cùng xem với cô ấy. Họ tìm thấy một bức ảnh chụp Sói Big Bad đang ngủ trong lớp, cũng như mốc thời gian chứng minh anh ta vô tội. Heo Tiny rút ra một ống tiêm và cố gắng sát hại Goldilocks. Cô đã xịt hơi cay vào cậu ta và Robin Hood xuất hiện để giúp đỡ. Heo Tiny đã bị bắt giữ và Goldilocks trở thành người hùng, Sói Big Bad được trả tự do.

Chiều đó, Gấu Baby nói Goldilocks mô tả những gì đã diễn ra. Cô ấy đã kể về chuỗi Mục tiêu-Xung đột-Trở ngại và chuỗi Phản ứng-Khó xử-Quyết định mình đã trải qua. Gấu Baby giải thích cách hoạt động của chúng và nói cần phải thiết kế các phân cảnh của mình theo chuỗi như vậy. Khi làm xong, cô có thể bắt tay vào viết tiểu thuyết.

Goldilocks đã về nhà và thiết kế cảnh đầu tiên trong quyển tiểu thuyết, rồi bắt đầu viết. Những con chữ tuôn ra dễ dàng và suôn sẻ, điều đó làm cho Goldilocks cảm thấy rất vui.

BƯỚC 5: NHÂN VẬT TRONG MỘT TRANG

Goldilocks

Goldilocks là một cô bé thông minh. Cô đã học đọc trước khi đến mẫu giáo. Cô luôn chúi mũi vào những quyển sách. Khi lên 8, cô đã có một kỷ niệm khó quên khi bị lạc trong rừng. Cô đã bước vào một căn lều của ba con gấu, thử món cháo của họ, ngồi trên ghế của họ và ngủ trên giường của họ. Cô đã trốn thoát khi lũ gấu trở về. Sự kiện đó đã tạo ra một nỗi sợ tiêu cực về việc mọi người sẽ nghĩ gì về mình. Do đó, cô đã sống cả đời cố gắng làm hài lòng người khác.

Khi Goldilocks đến trường, cô yêu thích văn học. Cô đã từng thắng một cuộc thi viết ở tiểu học và nghĩ rằng mình có thể trở thành một tác giả. Nhưng khi lên trung học, bố mẹ cô đã nói rất rõ ràng rằng họ muốn cô thực sự làm thứ gì đó nghiêm túc khi trưởng thành. Đối với họ, viết tiểu thuyết là một ước mơ viển vông và ngốc nghếch. Họ nói với cô rằng cô cần học thứ gì đó thực tế hơn, giúp cô kiếm sống sau này.

Thế nên Goldilocks đã học marketing ở đại học và tốt nghiệp với tấm bằng mà bố mẹ cô cho rằng nó rất thiết thực. Sau đó, cô ấy nhanh chóng có một công việc và kết hôn. Một năm sau, cô mang thai đứa con đầu lòng và nghỉ việc để tập trung chăm sóc con cái. Cô đã có một đứa con trai, một đứa con gái và đã dành vài năm chăm sóc chúng trong hạnh phúc.

Khi con đầu lên mẫu giáo, Goldilocks nhận ra mình đã thất nghiệp được gần 8 năm và những kỹ năng của mình đã lỗi thời. Điều đó khiến cô chỉ tìm được một công việc bình thường với mức lương tối thiểu. Nhưng ý nghĩ về việc phải làm marketing cho một công ty mà cô không thích khiến cô cảm thấy khó chịu. Chồng của cô có thu nhập khá tốt, cho nên họ cũng không cần tiền lắm. Điều mà cô mong muốn là làm thứ gì đó hữu ích với cuộc đời mình.

Cô quyết định làm một điều gì đó rất phi thực tế—viết một cuốn tiểu thuyết tuyệt vời như những cuốn cô từng đọc. Nhưng cô nhanh chóng nhận ra mình không biết phải bắt đầu như thế nào. Khi cô mở phần mềm soạn thảo ra, cái văn bản trắng tinh cứ sừng sững ở đó và cô có một nỗi sợ rằng mình sẽ đi sai hướng. Cô đã từng có cảm giác mình bị bỏ xa nên không thể nào chịu được việc dành nhiều năm làm việc với một bản thảo, mà sau đó chẳng bán được.

Cô quyết định tham gia một hội thảo về viết lách, để xem liệu mình có thể tăng tốc quá trình viết lách hay không.

Gấu Baby

Đây là một chú gấu trẻ ở độ tuổi đôi mươi, sinh ra trong một gia đình văn học. Cả Gấu Mama và Gấu Papa đều là những nhà văn, và họ cũng là những giảng viên về tiểu thuyết. Do đó, viết lách đã nằm trong máu của Gấu Baby.

Gấu Papa là một chuyên gia lập đề cương khi viết, còn Gấu Mama chuyên viết theo cảm hứng. Cả hai cách viết này đều không hiệu quả với Gấu Baby. Chú ta yêu thích phương pháp Hoa Tuyết vì nó hiệu quả với mình.

Chú ta bắt đầu giảng dạy được một vài năm và trở thành một giảng viên tốt. Ở hội thảo này, chú muốn gây sự chú ý, nhưng chuyên đề đầu tiên của chú đã không được lên lịch cho tới tận cuối ngày đầu tiên. Chú biết rằng mọi người sẽ đi nghe Gấu Papa và Gấu Mama dạy phương pháp của họ trước. Chú hy vọng rằng những người nhận ra hai phương pháp trên không hiệu quả sẽ có thể tìm thấy phương pháp Hoa Tuyết tốt hơn.

Gấu Baby đã thuyết phục được một đại diện văn học nổi tiếng, Sói Big Bad, xông vào lớp và giả vờ bắn súng vào chú. Mục đích là để cho học viên thấy một cách trực quan thế nào là thảm họa. Màn kịch diễn ra tốt hơn dự kiến, vì Goldilocks đã sửng cồ lên và đánh Sói Big Bad túi bụi.

Gấu Baby nhìn thấy tiềm năng rất lớn ở Goldilocks. Ở bề ngoài trông cô ta có vẻ ngờ nghệch, nhưng một khi đã được thúc đẩy thì cô ấy rất chăm chỉ, và cô đã thực sự cải thiện câu tóm tắt và đoạn tóm tắt truyện rất tốt. Khi cô ấy làm việc với nhân vật, rõ ràng là nam chính và nữ chính rất ổn, nhưng kẻ phản diện thì mờ nhạt như bức tranh biếm họa. Gấu Baby đã đau đầu để tìm giải pháp nhưng chưa có ý tưởng nào.

Khi Goldilocks phát triển đoạn tóm tắt thành một trang, thì nó khá tốt. Goldilocks không thích kẻ phản diện của cô lắm, nên cô không dành nhiều tâm sức cho anh ta. Khi đọc mô tả nhân vật, rõ ràng là kẻ phản diện này cần phải được tập trung hơn. Goldilocks đã cố thử, nhưng Heo Little đã trêu cô rằng anh ta đã trở nên quá nhu nhược và buồn chán, và Sói Big Bad sẽ không thích điều này. Goldilocks lại bị dao động. Gấu Baby muốn nói cho cô ấy biết rằng cô cần tập trung vào chất lượng bản thảo hơn là cố gắng gây ấn tượng với đại diện hoặc biên tập viên, nhưng chú ta muốn cô tự nhận ra điều này.

Sau bữa ăn trưa với Sói Big Bad, Goldilocks đã khai phá sức mạnh mới của nhà văn trong mình. Cô không còn lo lắng về việc người khác sẽ nghĩ gì về mình, và cô đã có nhiều tiến triển trong việc tạo ra một trang tóm tắt sách và từ điển nhân vật. Tuy nhiên, Heo Little lại cố gắng thuê cô ấy giúp bác ta viết sách của mình, và liên tục làm phiền Goldilocks. Sói Big Bad đã ngăn cản, khiến Heo Little giận dữ chạy ra ngoài.

Gấu Baby đưa Goldilocks lên ghế nóng, và đã không để ý Sói Big Bad ra ngoài tự lúc nào. Khi nghe thấy tiếng xe cứu thương và biết Heo Little đã bị sát hại, còn Sói Big Bad bị bắt giữ, chú ta đã rất buồn bực. Chú chịu trách nhiệm cho việc mời Sói Big Bad tới hội thảo, và khiếp hãi khi nghĩ rằng lòng tốt của mình đã góp phần tạo ra kẻ sát nhân.

Sói Big Bad

Sói Big Bad sinh ra trong một khu phố phức tạp. Thời niên thiếu, anh đã chứng kiến người chú của mình bị giết bởi một đám đông giận dữ, vì đã ăn thịt bà của cô bé quàng khăn đỏ. Ở tuổi 19, anh đã bị vu oan cho việc sát hại hai con heo. Tất cả những gì Sói Big Bad nhớ chỉ là anh đã ngủ li bì cả ngày, và khi tỉnh dậy thì đã bị cáo buộc tội giết người. Anh ta đã không thể nào biện minh và cũng không có chứng cứ ngoại phạm, nên bị kết tội và mất 6 năm phục vụ trong tù.

Anh dành phần lớn thời gian ở trong thư viện và khi ra tù, anh quyết tâm làm một điều gì đó khác biệt. Anh đã làm việc cho một đại diện văn học trong vài năm và học hỏi được nhiều kinh nghiệm trong ngành. Sau đó, anh đã quyết tâm khởi nghiệp và bắt đầu đón nhận khách hàng. Các tác giả rất hứng thú khi được ký hợp đồng với anh, bởi họ nhận ra anh là một người đàm phán cứng rắn. Vì lý do đó, các nhà biên tập đều sợ anh ta.

Sói Big Bad mong muốn trở thành một nhà đại diện thành công nhất trong ngành và mọi thứ đang tiến triển tốt. Tuy nhiên, những đám mây của tương lai mịt mù vẫn lởn vởn trên đầu anh. Có một vài người không bao giờ quên những gì anh đã làm trước đây. Đối với họ, anh chỉ là một tên vô lại, bất lương, kẻ dối trá, tay trộm cướp và một tên sát nhân. Anh cảm thấy không có cách nào để thoát khỏi điều đó. Một trong số rất ít những người đã cho anh cơ hội là Gấu Baby, người rất yêu quý anh vì kỹ năng cũng như trực giác phán đoán, và nhìn thấu được quá khứ của anh.

Khi gặp Goldilocks, anh đã rất vui vì tìm được một nhà văn tiềm năng. Cô ta có ý tưởng tốt và cũng dễ dạy bảo. Chỉ có một điều tệ hại duy nhất ở hội thảo chính là Heo Little, một kẻ tự kiêu và luôn thể hiện rằng hắn ta có thể mua được chức danh tác giả nhờ tiền bạc. Sói Big Bad đã lớn tiếng với Heo Little, thậm chí dọa sẽ biến ông ta thành bữa trưa. Sói Big Bad biết rằng đó là điều không nên làm, nhưng Heo Little đã gợi lại anh ta những năm tháng đau đớn ở trong tù.

Sau một bữa ăn suôn sẻ với Goldilocks, Sói Big Bad đã nỗ lực hết sức để khuyến khích cô ta. Cô ấy đã tiến triển rất nhanh, nhưng anh không thể bán được bản thảo của cô mà không có một bản đề xuất, trong đó yêu cầu một bản tóm tắt chi tiết hơn. Cô ấy cũng cần có một vài chương viết mẫu và đặc biệt là bản dự thảo trọn vẹn.

Ngày tiếp theo, khi đang trên lớp, Sói Big Bad đã ngủ ở một góc phòng. Khi thức dậy, anh thấy Goldilocks đã ngồi trên ghế nóng. Trong khi anh đang rửa tay, Gấu Papa đột nhiên ập vào và cáo buộc anh tội giết Heo Little.

Heo Little

Heo Little là một doanh nhân giàu có trong họ nhà heo và sắp nghỉ hưu. Bác ta tưởng tượng rằng mình sẽ trở thành một tác giả nổi tiếng, và cũng hợp lý khi bác ta hoàn toàn có thể mua được một hợp đồng chấp bút cho sách.

Heo Little lớn lên trong nghèo khó và đã bắt đầu việc kinh doanh khi còn trẻ với hai người anh em. Việc kinh doanh của họ liên tục phát triển, nhưng Heo Little cảm thấy những người anh em thật phiền phức. Họ lười biếng, cổ hủ và đang cản trở đà phát triển của công ty. Heo Little cảm thấy rằng họ càng ở lâu trong công ty, nó sẽ càng không thể nào phát huy tiềm năng tối đa. Thực tế là họ đang cướp đi sự thành công đáng ra của mình, nên bác đã đề nghị mua lại hết cổ phần, nhưng họ từ chối.

Heo Little đã tạo ra một lọ thuốc để chuốc Sói Big Bad ngủ say, sau đó ám sát những người anh em của mình vào đêm khuya, rồi dựng hiện trường giả với dấu chân sói ở khắp nơi. Sói Big Bad đã bị bắt giữ và do không có chứng cứ ngoại phạm, nên đã bị kết tội. Bây giờ thì anh ta đã ra tù, nhưng Heo Little biết rằng anh ta không nghi ngờ mình chút nào cả, nên bác vẫn an toàn.

Heo Little đến hội thảo với ý tưởng tiểu thuyết. Gấu Mama và Papa đã không giúp được gì, nên bác ta đến với lớp của Gấu Baby. Khi Gấu Baby lải nhải về phương pháp Hoa Tuyết, Heo Little cảm thấy nó rất chậm chạp, đòi hỏi rất nhiều công sức. Tại sao bác không sáng tạo hơn, và thuê người viết hộ, tương tự như mình vẫn làm trong kinh doanh?

Nhưng Gấu Baby đã không giúp được, Sói Big Bad thì liên tục làm bác khó chịu. Heo Little càng ngày càng ức chế. Rõ ràng là mọi người đang chống đối bác, và tiền của bác ta cũng khó lòng giúp bác xuất bản sách. Cuối cùng, trong tức giận, bác ta đã ra khỏi lớp và làm một ly cà phê. Cháu của bác ta, Heo Tiny, đã nhắn tin hỏi bác đang ở đâu. Theo lịch, Heo Tiny sẽ đáp máy bay vào ngày mai, nhưng không hiểu sao nó đã có mặt sớm hơn ở trong thị trấn.

Heo Little nhắn rằng bác đang ở sân vườn của quán cà phê. Heo Tiny có mặt, và đòi bác ta công việc mà nó đã đề cập cách đó vài tuần. Heo Little đã chế nhạo nó và nói rằng tốt hơn hết là nó nên quay lại trường, học hành tử tế, thay vì theo đuổi gái gú rượu chè. Heo Tiny đã tiêm cho bác một liều thuốc tê. Heo Little ngã ra sàn, tay chân tê liệt. Bác ta thấy Heo Tiny đang tạo ra dấu chân sói ở xung quanh mặt đất và cuối cùng rạch cổ mình.

Ý tưởng cuối cùng mà Heo Little có được, trước khi ý thức của mình mờ nhạt dần, đó là bác ta đã phải nhận quả báo cho lần tạo nghiệp trước đó.

Heo Tiny

Heo Tiny là một cậu nhóc Quý tử. Cha của cậu đã bị sát hại bởi Sói Big Bad, còn mẹ đã tái hôn với người khác và không quan tâm lắm đến cậu. Ở trên đại học, Heo Tiny lãng phí tất cả thời gian của mình theo đuổi những nữ sinh và nhậu nhẹt. Đến tuổi 21, cậu ta có quyền thừa hưởng toàn bộ gia sản, nhưng đã nhanh chóng tiêu táng sạch. Bây giờ thì cậu ta đã trắng tay và nghĩ rằng cách tốt nhất là tìm một công việc nhàn hạ từ ông chú giàu sụ của mình.

Nhưng Heo Little sắp nghỉ hưu và đã từ chối cậu. Thay vì cho cậu công việc, chú nói rằng cậu nên đi học lại, kiếm một công việc tử tế. Nhưng sau đó, Heo Little đã để lộ một số thông tin về cái chết của cha cậu. Heo Tiny đã kết nối lại mọi thứ và nhận ra Heo Little chính là người giết cha mình. Cậu quyết định sẽ thủ tiêu chú ta, một phần là để trả thù, và một phần khác là để thừa hưởng gia sản của chú mình.

Heo Tiny đã kiếm một liều thuốc tê và tìm ra chú mình ở quán cà phê. Cậu đã tiêm cho chú ta và sau đó làm giả hiện trường dấu chân sói khắp nơi, rồi tiễn chú ấy về nơi chín suối.

Kế hoạch rất hoàn hảo. Sau đó, Sói Big Bad bị bắt giữ, Heo Tiny đã chuẩn bị thừa hưởng tất cả gia sản của chú mình. Nhưng khi Goldilocks tìm ra bằng chứng cho thấy Sói Big Bad vô tội, Heo Tiny phải hành động ngay. Cậu ta vẫn còn một liều thuốc dự phòng nếu như liều thuốc đầu tiên không đủ làm ông chú tê liệt. Cậu ta đã cố gắng sử dụng nó lên Goldilocks, để dễ dàng giết cô ấy. Nhưng cô ta đã xịt hơi cay vào cậu, và ngay sau đó Robin Hood xuất hiện để khống chế cậu ta. Goldilocks đã gọi điện cho cảnh sát và cậu bị tóm vào tù, nơi cậu bị buộc phải thú nhận tội lỗi của mình.

Bà Hubbard

Bà Hubbard là một góa phụ, muốn làm giàu từ tiểu thuyết. Trước đây, bà ấy tập trung vào cuộc sống thú vị mà bà đã có. Nhưng tất cả những gì từng xảy ra với bà ấy chỉ là bà đi đến tủ chén mỗi ngày, và nó bị trống rỗng.

Bà Hubbard muốn viết tiểu thuyết nói về một góa phụ nghèo giống chính bà ấy. Bà không muốn viết tiểu thuyết lãng mạn trong đó góa phụ nghèo tìm được người chồng giàu có. Bà cũng không thích viết thể loại hồi hộp bí ẩn. Bà muốn viết một câu chuyện đời thường về chính mình.

Gấu Baby tỏ ra không ấn tượng với câu chuyện của bà ấy, mà bà không biết tại sao. Bà cảm thấy rất ghét Heo Little kiêu ngạo hống hách, và cảm thấy bị đe dọa bởi Sói Big Bad. Bà rất yêu quý Goldilocks mặc dù cô gái này có vẻ hơi hoang tưởng.

Robin Hood

Robin Hood là một thanh niên trẻ, sống trong rừng Sherwood với băng đảng vui vẻ của mình. Họ sống bằng cách săn hươu và dắt mũi quận trưởng của Nottingham. Anh ta không thích gì khác ngoài những bữa tiệc kéo dài hết cả tuần, một thùng rượu to, và những cô gái làng chơi.

Robin Hood thích tiểu thuyết và mong muốn viết một truyền kỳ về chính cuộc đời mình. Anh ta không phải là một người chăm chỉ và đến với hội thảo để tìm ra cách làm sao để hoàn thành mục tiêu đó nhanh chóng, nhưng anh nhận ra nó vượt xa khả năng của mình.

Anh ta rất ngưỡng mộ Goldilocks. Cô ấy là một người chăm chỉ và có một câu chuyện tuyệt vời. Và cũng là một cô gái làng chơi xinh đẹp dù hơi hợm hĩnh. Robin Hood không thích Heo Little chút nào cả, và anh ta cũng ghét Sói Big Bad.

Khi Heo Little bị giết, anh đã không buồn bực chút nào. Khi Sói Big Bad bị bắt giữ, anh cũng không ngạc nhiên. Nhưng khi Goldilocks bị ám ảnh bởi việc minh oan cho Sói Big Bad, thì anh bắt đầu quan tâm.

Những cô gái làng chơi thì không nên đối xử với cuộc sống quá nghiêm túc như vậy. Anh đã cố nói chuyện với Goldilocks, nhưng cô ta tỏ ra giận dữ và nói rằng mình không thích bị gọi là gái làng chơi. Thật là không thể tưởng tượng nổi, đó là một cô gái làng chơi quái dị.

Robin Hood không phải là thể loại đàn ông có thể cho phép một cô gái làng chơi cứ thế bước đi mà không có sự theo đuổi mình, thế nên anh đã theo dõi cô ta. Khi thấy cô đến sân vườn của quán cà phê, anh đã lảng vảng ở bên ngoài gần trung tâm hội thảo, chờ cô quay lại để nói chuyện. Rồi anh nhìn thấy Heo Tiny đi về phía đó nhưng không biết có chuyện gì xảy ra. Khi nghe Goldilocks hét lên, anh xuất hiện như một tia chớp và nhanh chóng rút tên. Anh bắt giữ Heo Tiny và hy vọng rằng cô ấy sẽ cảm ơn anh ta theo cách mà bất cứ chàng trai máu lửa nào cũng muốn được một mỹ nhân đáng yêu đền đáp.

BƯỚC 6: BẢN TÓM TẮT DÀI

Câu chuyện này quá ngắn, một bản tóm tắt dài chi tiết là không cần thiết. Một bảng tóm tắt một trang là đã đủ để tạo ra danh sách phân cảnh ở bước 8 và bắt đầu viết, nên tôi đã bỏ qua bước này.

BƯỚC 7: TỪ ĐIỂN NHÂN VẬT

Goldilocks

Tuổi: 30.

Chiều cao: 5'5" ~ 1m65

Cân nặng: 115 pound ~ 52kg

Chủng tộc: Dân bắc Âu.

Màu tóc: Vàng hoe.

Màu mắt: Xanh biển.

Kiểu tính cách: Dễ bị tác động.

Sở thích: Đọc sách và viết lách.

Cuốn sách yêu thích: Goldilocks thích đọc tiểu thuyết giật gân và có yếu tố lãng mạn. Cô là một fan cuồng của Ken Follett và Jack Higgins.

Bộ phim yêu thích: Casablanca.

Miêu tả căn nhà: Goldilocks sống trong một căn nhà có 3 phòng ngủ ở khu ngoại ô đã có tuổi đời khoảng 10 năm. Có một bàn đảo bếp lớn ở chính giữa và mặt bếp làm từ đá cẩm thạch.

Nền tảng giáo dục: Cô đã học đại học và có bằng Marketing.

Kinh nghiệm làm việc: Sau đại học, cô đã làm từ 1 đến 2 năm trước khi có con, nhưng sau đó đã bị thất nghiệp khoảng 8 năm nên hồ sơ tìm việc không mấy triển vọng.

Gia đình: Goldilocks đã kết hôn, có một con gái ở tiểu học và một con trai ở mẫu giáo.

Kỷ niệm tuổi thơ tệ nhất: Cô đã từng đi lạc trong rừng. Cô tình cờ bước vào một căn lều và đã nếm thử nồi cháo. Cô cũng làm gãy một vài đồ đạc và sau đó lăn ra ngủ trên một cái giường. Khi tỉnh dậy, thì đã có ba con gấu xuất hiện trong nhà. Ngay lập tức cô thét lên chạy trốn và sau đó đã bị ám ảnh. Cha mẹ rất thất vọng về cô, và liên tục nói với cô ấy rằng cô ấy đáng ra đã có thể làm được tốt hơn. Thế nên cô ấy có một nỗi sợ phi lý về những gì mà người khác nghĩ về mình.

Điểm mạnh nhất trong tính cách: Goldilocks rất thông minh và năng nổ, một khi quyết tâm là cô ấy sẽ làm tới bến cho xong.

Điểm yếu nhất trong tính cách: Cô ấy luôn sợ những gì mà người khác nghĩ về mình, và đấy là sợi dây trói buộc cô ấy.

Hy vọng lớn nhất: Viết được một cuốn tiểu thuyết mà ai cũng yêu thích.

Nỗi sợ thầm kín nhất: Viết ra một cuốn tiểu thuyết mà không ai thích.

Cách nhìn nhận bản thân: Thiếu tự tin và không nhận ra mình tài năng như thế nào.

Cách người khác nhìn nhận: Mọi người nghĩ cô ấy thông minh và có tổ chức, nhưng lại nhút nhát một cách đáng yêu.

Nhân vật này sẽ thay đổi thế nào: Goldilocks sẽ phát triển sự tự tin và tin tưởng vào bản năng viết lách của mình.

Gấu Baby

Tuổi: 29

Chiều cao: 3'2" ~ 0,96m

Cân nặng: 200 pound ~ 90,7kg

Chủng tộc: loài gấu.

Màu mắt: Nâu

Màu lông: Nâu

Diện mạo: Trông như một con gấu con nhỏ bé.

Phong cách ăn mặc: Áo lông gấu.

Khiếu hài hước: Vui tươi, kèm thêm một chút tinh nghịch.

Kiểu tính cách: Dễ đoán.

Sở thích: Viết lách.

Cuốn sách yêu thích: Fan của truyện cổ tích kinh điển. Đọc rất nhiều thể loại và thích thể loại hồi hộp viễn tưởng và YA[15].

Bộ phim yêu thích: Kiêu hãnh và Định kiến.

Miêu tả căn nhà: Lớn lên ở một túp lều nhỏ trong rừng.

Nền tảng giáo dục: Thông minh hơn gấu bình thường và có bằng cấp trong viết lách sáng tạo.

Kinh nghiệm làm việc: Biết viết tiểu thuyết và dạy về tiểu thuyết.

Gia đình: Là con một của Gấu Papa và Gấu Mama.

---

[15]Young Adult: Thể loại văn học dành cho thanh thiếu niên, Harry Potter là một ví dụ.

Bạn thân: Bạn thời thơ ấu là Sói Big Bad, từng có tiền án nhưng đã có vẻ cải tà quy chánh. Tuy nhiên, Sói Big Bad luôn nhấn mạnh rằng cậu ta không giết mấy con heo, nhưng chú nghĩ rằng cậu ta nên thú tội. Sau đó, cậu ta cũng cải tạo tốt và trở thành một nhà đại diện có tiềm năng, và Gấu Baby quyết định cho cậu ta một cơ hội thứ hai.

Kỷ niệm tuổi thơ tệ hại nhất: Khi còn là gấu con, chú đi dạo ngoài rừng và khi về nhà thì phát hiện ra đồ ăn của mình đã bị ai đó ăn mất, ghế của mình bị gãy, và giường của mình đã bị chiếm đóng bởi một con bé tóc vàng hoe nào đó đang ngủ say. Gấu Baby đã mơ nhiều năm về việc tìm kiếm và đưa cô ta ra công lý.

Điểm mạnh trong tính cách: Chắc chắn là thông minh hơn lũ gấu bình thường.

Điểm yếu trong tính cách: Rất trung thành. Bạn nối khố của Sói Big Bad, vẫn thân thiết ngay cả khi sau đó cậu ta bị tống vào tù và rõ ràng là có tội.

Hy vọng lớn nhất: Trở thành một tiểu thuyết gia nổi tiếng, chứ không chỉ là một bậc thầy dạy về tiểu thuyết nổi tiếng.

Nỗi sợ thầm kín nhất: Chẳng ai trong số học trò của chú ta trở nên xuất sắc.

Cách nhìn nhận bản thân: Một chú gấu thông minh, biết về những cuốn tiểu vĩ đại và cách tạo ra chúng.

Cách người khác nhìn nhận: Một giảng viên và cố vấn vĩ đại.

Sói Big Bad

Tuổi: 29.

Chiều cao: 6'0" ~ 2m

Cân nặng: 180 pound ~ 81,6kg

Chủng tộc: Loài sói

Màu lông: Xám

Màu mắt: Đen

Diện mạo: Là một chàng sói to cao với đôi mắt đen sâu đậm như có thể nhìn thấu tâm can mọi người. Anh ta có bộ lông xám và những chiếc răng nanh sắc nhọn, và đã tập thể hình rất chăm chỉ trong tù nên cực kỳ cơ bắp.

Kiểu cách ăn mặc: Áo lông sói.

Năng khiếu hài hước: Có khả năng châm chọc tốt và không ngại ngần đả kích những người có cái tôi quá cao. Tuy nhiên, anh ta cũng rất tử tế với những người thiếu tự tin và không bao giờ muốn làm tổn thương họ, nhưng thỉnh thoảng anh ta đã làm thế vì thiếu nhạy cảm.

Kiểu tính cách: Chủ động thể hiện.

Sở thích: Chạy bộ, đọc sách, ăn uống. Đặc biệt món sườn heo.

Âm nhạc yêu thích: Punk rock[16].

Cuốn sách yêu thích: Thể loại kinh dị, tiểu thuyết chiến tranh, đặc biệt là thế chiến thứ hai, khoa học viễn tưởng.

Bộ phim yêu thích: Die Hard (cả bốn phần).

Màu sắc yêu thích: Màu xám.

Mô tả căn nhà: Một hang động xinh xắn, ấm áp.

---

[16] Punk rock (hay gọi ngắn là punk) là thể loại nhạc rock đã phát triển từ năm 1974 đến 1976 tại Hoa Kỳ, Anh, và Úc.

Nền tảng giáo dục: Tự học trong tù. Đã đọc hầu hết sách trong thư viện của nhà tù và đặc biệt yêu thích tiểu thuyết.

Kinh nghiệm làm việc: Đã bị vu oan cho tội giết hai con heo ở tuổi 19 và đi tù. Làm việc giặt là và sau đó được tạm tha vì cải tạo tốt. Sau đó, làm việc cho một đại diện văn học 2 năm, rồi bắt đầu tự mở công ty Đại diện Sói Big Bad.

Gia đình: Xuất thân từ một bầy sói hung dữ và trung thành. Tuy nhiên, không ai trong số họ tin rằng anh ta không giết lũ heo, nên anh cảm thấy không thoải mái với họ. Họ rất thích bạo lực, còn anh ta thì trầm tính và thích nghiên cứu.

Bạn thân nam: Lớn lên cùng với Gấu Baby và sau đó vẫn duy trì tình bạn ngay cả khi ở trong tù. Tuy nhiên, Gấu Baby chưa từng thực sự tin rằng anh ta vô tội. Gấu Baby luôn nhấn mạnh rằng Sói Big Bad "có lý do nào đó để làm điều mình đã làm".

Bạn thân nữ: Đang hẹn hò với một nàng sói tử tế, có một sự nghiệp đang lên trong ngành bất động sản. Sói Big Bad hy vọng sẽ có điều gì đó tốt đẹp. Gia đình của cô ấy hơi mặc cảm về tiền án của anh ta, nhưng chính sự trầm tính và bí ẩn của anh có vẻ thu hút cô ấy hơn là sự nguy hiểm mà người ta đồn đại.

Kẻ thù: Heo Little luôn căm ghét anh ta vì đã giết hai người anh trai của mình. Chính lời khai sướt mướt của Heo Little trên bục nhân chứng đã góp công lớn khiến cho Sói Big Bad phải vào tù.

Kỷ niệm tuổi thơ đau đớn: Người chú yêu thích của anh ta đã bị hành hình bởi một đám thợ rừng hung dữ, sau khi chú ta biến bà của cô bé quàng khăn đỏ thành bữa trưa. Sói Big Bad biết chú của anh ta có tội, nhưng kể cả như thế, anh cảm giác rằng những tay thợ rừng đã đi quá giới hạn và đáng ra nên đợi tới phiên tòa xét xử. Sói Big Bad căm ghét những ai hành xử theo luật rừng.

Một câu miêu tả tính cách: Một con sói trông nguy hiểm với một trái tim hiền lành.

Điểm mạnh trong tính cách: Cách nói thẳng thắn, đôi khi sử dụng ngôn ngữ mang tính đe dọa vì anh ấy có xu hướng phóng đại.

Điểm yếu trong tính cách: Quá trung thực và thẳng thắn khi đưa ra ý kiến, nên đôi khi làm mất lòng mọi người mà không biết.

Hy vọng lớn nhất: Muốn khám phá ra một tài năng hoàn toàn mới trong thế hệ những nhà văn trẻ.

Nỗi sợ lớn nhất: Anh ta sợ rằng mình sẽ đi theo bản năng bạo lực của gen sói trong mình.

Cách nhìn nhận bản thân: Một con sói hấp dẫn, thân thiện, thông minh, nhưng dễ bị hiểu lầm.

Cách người khác nhìn nhận: Một con sói đáng sợ, thiếu sự đồng cảm và rất nguy hiểm.

Heo Little

Tuổi: 64.

Chiều cao: 4’3” ~ 1m29

Cân nặng: 300 pound ~ 136kg

Chủng tộc: Heo.

Màu tóc: Bị hói.

Màu mắt: Hồng.

Diện mạo: Bác ta là một con heo.

Kiểu cách ăn mặc: Không mặc quần áo. Đôi khi đeo cà vạt đen.

Năng khiếu hài hước: Heo Little quá nghiêm túc và không bao giờ đùa cợt.

Kiểu tính cách: Lý tính và quyết đoán.

Sở thích: Bác ta có một bộ sưu tập tem xuất sắc, và thuê cả một trợ lý để liên tục làm cho nó phong phú hơn.

Âm nhạc yêu thích: Một người hâm mộ của Wagner.

Cuốn sách yêu thích: Bất kỳ sách nào về quản lý kinh doanh, đặc biệt là Đắc Nhân Tâm.

Bộ phim yêu thích: Phim tài liệu.

Màu sắc yêu thích: Hồng.

Miêu tả về căn nhà: Heo Little từng có một ngôi nhà tự xây bằng gạch tuyệt vời. Sau đó, khi việc kinh doanh phát triển, bác ấy chuyển vào một biệt thự ở một khu cư trú có cổng vào, với sân golf riêng. Bác ta không sử dụng hầu hết các phòng, nhưng có một số người hầu sống ở đó và duy trì nơi này—một quản gia, một đầu bếp, và một người giúp việc.

Học vấn: Harvard Business School

Kinh nghiệm làm việc: Heo Little bắt đầu kinh doanh bán rơm, cành và gạch từ khi còn trẻ cùng với những người anh em. Sau đó, họ mở rộng sang ngành vật liệu xây dựng và tạo ra chuỗi cửa hàng cạnh tranh với Home Depot và Lowe's[17], nhưng nhắm vào các nhà thầu, không phải những người thích tự sửa sang. Sau đó, họ mở rộng sang ngành dược phẩm, nơi họ đã kiếm

[17] Hai nhà bán lẻ sản phẩm cải tiến nhà cửa lớn nhất ở Hoa Kỳ.

được rất nhiều tiền. Heo Little trở thành CEO sau cái chết bi thảm của những người anh em.

Gia đình: Cha mẹ của Heo Little đã mất nhiều năm trước, để lại bác và hai anh em tự chăm sóc lẫn nhau. Họ bắt đầu một doanh nghiệp cùng nhau và nó phát triển nhanh chóng. Sau cái chết bi thảm của hai anh em, doanh nghiệp phát triển với tốc độ phi thường hơn cả dưới sự lãnh đạo của bác. Heo Little chưa kết hôn bao giờ, nhưng một trong hai anh em của bác để lại một người vợ và một người con trai (Heo Tiny). Heo Tiny lớn lên trong giàu có và là một cậu bé ngỗ nghịch.

Người bạn thân nhất: Bạn bè ư? Heo Little không có bạn. Nhưng bác có rất nhiều đối thủ cạnh tranh.

Kẻ thù: Kẻ thù duy nhất của Heo Little là hai anh em của mình, đang làm hỏng doanh nghiệp gia đình. Vì vậy, Heo Little đã giết họ và thừa kế hết cổ phiếu của một trong số họ và kiểm soát hoàn toàn công ty. Cháu trai Heo Tiny, đã trưởng thành và sở hữu một phần ba cổ phiếu trong công ty, điều này mang lại cho cậu ta một số cổ tức, nhưng không đủ cho cuộc sống phóng túng. Tiny muốn có một công việc nhàn hạ lương cao, nhưng Heo Little biết rằng cậu ta không có thực lực, vì vậy bác từ chối cho cậu ta bất kỳ vị trí nào trong công ty. Tiny phải bán cổ phiếu để duy trì cuộc sống. Nhưng Tiny biết cậu sẽ thừa kế từ Heo Little, và khi cậu ta nhận ra rằng Heo Little đã giết cha mình, cậu quyết định hành động, một mục tiêu trúng hai con chim.

Kỷ niệm tuổi thơ đáng nhớ nhất: Heo Little nằm đung đưa trong bùn vào những buổi chiều hè dài, cùng với hai anh em khi còn nhỏ.

Ký ức tuổi thơ tồi tệ nhất: Heo Little thường nghe những câu chuyện kinh dị về Sói Big Bad huyền thoại, có thể hít một hơi và thổi bay căn nhà. Heo Little có ác mộng về Sói Big Bad. Cuối cùng bác ta đã gặp một con sói to và xấu xa đúng như cái tên, nên đã quyết định lợi dụng anh ta để ám sát hai anh em của mình dễ dàng hơn.

Đặc điểm nhân vật trong một câu: Heo Little là một bác heo nam quyền hợm hĩnh, một kẻ tâm thần biến thái đã đạt được vị trí trên nấc thang thành công bằng cách giẫm đạp lên những người dưới mình, và kéo những người trên mình xuống.

Điểm mạnh trong tính cách: Heo Little luôn đạt được những gì bác ta muốn, bởi vì bác ấy nghĩ rằng mọi người đều có cái giá của họ, và ai cũng có thể bị mua.

Điểm yếu trong tính cách: Heo Little thiếu lòng thông cảm và không thể đặt mình vào vị trí của người khác. Vì vậy, bác ta hoàn toàn không thích hợp để trở thành một nhà văn.

Hy vọng lớn nhất: Heo Little muốn trở nên nổi tiếng như một ông trùm công nghiệp và một nhà văn vĩ đại—một con heo triệu phú tự thân đầy tài năng nhưng lại khiêm tốn.

Nỗi sợ thầm kín nhất: Heo Little sợ rằng ai đó sẽ biết bí mật sâu thẳm—chính bác ta đã giết hai anh em của mình.

Triết lý sống: Lấy đi tất cả những gì bạn có thể, và không cho đi bất cứ điều gì!

Cách nhân vật nhìn nhận bản thân: Một con heo triệu phú tự thân, bước lên đỉnh thành công từ những khởi đầu khiêm tốn.

Cách người khác nhìn nhận: Một con heo kiêu ngạo, tự mãn, luôn tự tin rằng bác ta có thể mua được mọi thứ và thâu tóm mọi người.

Sự thay đổi của nhân vật: Bác ta sẽ bị sát hại.

Heo Tiny

Tuổi: 24.

Chiều cao: 3'8" ~ 0,95m.

Cân nặng: 280 pound ~ 127kg.

Chủng tộc: Heo.

Màu tóc: Bị hói.

Màu mắt: Hồng.

Phong cách ăn mặc: Lợn không mặc quần áo. Nhưng đôi khi Tiny mặc một chiếc áo jacket thể thao đẹp.

Tính hài hước: Tiny rất thích hài hước kiểu thô tục. Không có gì hài hước hơn việc đổ một bình bia lên người bạn thân, trong lúc họ đang tán tỉnh bạn gái trên ghế sofa.

Kiểu tính cách: Phóng khoáng và biểu cảm.

Sở thích: Uống rượu, chơi bi-a, đánh bạc, tán gái.

Âm nhạc yêu thích: Hip-hop.

Sách yêu thích: Tiny chắc chắn là chưa từng đọc cuốn sách nào.

Phim yêu thích: Animal House[18]—đối với cậu, đó là phim tài liệu!

Mô tả ngôi nhà: Tiny lớn lên trong một biệt thự xa xỉ, nhờ vào gia sản của bố. Bây giờ tiền bạc đang cạn kiệt, nhưng cậu ta vẫn sống ở một căn hộ rất đắt tiền với đầy đủ tiện nghi.

Học vấn: Tiny đã học trung học và đại học. Cậu ta nghĩ rằng mình thích chuyên ngành quản trị kinh doanh, nhưng thực sự không chắc chắn.

Kinh nghiệm làm việc: Thực tế, không có nhiều cơ hội việc làm cho những cậu bé quý tử. Chủ doanh nghiệp thường ghét loại người như Tiny và chỉ tuyển dụng những người nghèo khổ, sẵn lòng làm việc với mức lương tối thiểu. Vì vậy, Tiny đã phải đấu tranh với sự phân biệt suốt đời và chưa bao giờ có một công việc thực sự. Nhưng cậu ta đang tìm kiếm, và chắc chắn rằng một vị trí quản lý cấp cao trong công ty của chú ruột sẽ là thứ phù hợp. Nhưng chú của cậu quá keo kiệt và luôn đặt ra những câu hỏi ngớ ngẩn như Tiny thực sự có thể làm gì cho công ty.

Gia đình: Cha của Tiny đã bị sát hại khi Tiny còn là thiếu niên, và Sói Big Bad đã bị kết án. Mẹ của Tiny là một người phụ nữ giàu có, trẻ hơn cha anh ta rất nhiều, và bà ta không mấy bận tâm về cái chết của chồng mình. Tiny là con một, và giờ đây cậu không quan tâm nhiều đến mẹ nữa, mà chỉ gặp gỡ trong những dịp lễ tết.

---

[18] Một bộ phim hài của Mỹ năm 1978 do John Landis đạo diễn, kể về câu chuyện một nhóm sinh viên năm nhất nổi loạn trong khuôn viên trường. Animal House là một bộ phim thành công về mặt thương mại và phê bình, thu về hơn 141 triệu đô la trên toàn thế giới và được coi là một trong những bộ phim hài hay nhất mọi thời đại.

Bạn thân nhất: Tiny có một đám bạn khá đông từ thời đại học. Họ đã có thời gian tuyệt vời nhất trong hội sinh viên. Hầu hết họ đã có việc làm hoặc vẫn đang trong trường, và cố gắng định hình bản thân. Tất cả đều là những người bạn tuyệt vời, và Tiny luôn sẵn lòng cho họ tiền khi họ gặp khó khăn. Nhưng giờ đây, Tiny gặp khó khăn, và rất kỳ lạ, không một người bạn nào của cậu có thể giúp cậu. Bạn biết đấy, kinh tế khó khăn!

Điểm mạnh trong tính cách: Tiny rất hào phóng với tiền bạc của mình. Luôn luôn là như vậy. Cậu ta cũng rất hòa đồng và biết rất nhiều người, thích dành thời gian cùng họ tại các buổi tiệc. Cậu ta rất được yêu mến và được cho là thành công với vấn đề phụ nữ.

Điểm mạnh trong tính cách: Tiny chỉ đơn giản là không thích làm việc chăm chỉ. Cậu ta có TÀI, bạn biết đấy, và những người tài năng thường có thể sống sót mà không cần phải cày sâu cuốc bẫm.

Hy vọng lớn nhất: Tiny muốn tiếp quản công ty do cha và các chú bác của cậu thành lập, và trở thành CEO kế tiếp. Cậu hy vọng tạo ra một tập đoàn công nghiệp, và có thể tham gia chính trị một ngày nào đó.

Nỗi sợ sâu thẳm nhất: Tiny sợ rằng mình sẽ trở nên nghèo khó và phải làm việc vất vả. Điều đó không phải là điều mà những con heo tài năng làm, vì nó quá thấp hèn so với cậu.

Bạn thân nam: Quá nhiều để đếm. Mọi người mà Tiny biết từ thời đại học đều là bạn của cậu.

Bạn thân nữ: Quá nhiều để đếm. Mỗi cô gái mà cậu ta biết từ thời đại học đều tìm kiếm sự vui vẻ, và cậu ta luôn sẵn lòng cung cấp cho họ.

Kẻ thù: Tiny không thể nghĩ ra một người nào ghét cậu ta. Mặc dù chú ruột Heo Little, dường như không đánh giá cao tài năng tuyệt vời của cậu ta, nhưng điều đó không làm nên thù oán. Gần đây, Tiny đã đến thăm chú để xin việc. Trong bữa tối, Heo Little đã lỡ tiết lộ một điều gì đó minh chứng rằng chính chú ta đã giết cha của Tiny. Và Tiny nhận ra rằng nếu giết chú mình, cậu không chỉ trả thù cho cha mà còn thừa kế công ty, và có được công việc dễ dàng như ước mong.

Kỷ niệm thơ ấu đáng nhớ nhất: Tiny nhớ những buổi tiệc tuyệt vời mà cha mẹ anh từng tổ chức khi còn là một con heo nhỏ. Tiny rình rập đám người lớn, uống trộm nước, và thưởng thức không khí vui vẻ.

Kỷ niệm thơ ấu tồi tệ nhất: Tiny từng phải ghé thăm ông bà vào ngày Lễ Tạ ơn và lắng nghe những câu chuyện dài lê thê và buồn chán về việc lớn lên trong nghèo khó, và phải cố gắng vất vả để kiếm sống. Ai muốn sống như vậy chứ?

Đặc điểm tính cách một câu: Tiny tin rằng cậu là người tài năng nhất trên hành tinh và xứng đáng có tất cả những điều tốt đẹp, mà không cần phải làm việc vất vả.

Cách nhìn nhận của nhân vật về chính mình: Một con heo tài năng, thông minh đã trải qua một số khó khăn trong cuộc sống, nhưng đã vượt qua bằng sức mạnh của tài năng.

Cách nhìn nhận của người khác về nhân vật: Một con heo giàu có, lười biếng, luôn tư lợi và không có tinh thần lao động.

Triết lý sống: Cuộc sống tuyệt vời, vì vậy hãy tận hưởng, bởi bạn xứng đáng, bạn là một người tài năng.

Bà Hubbard

Tuổi: 75.

Chiều cao: 4'9" ~ 1,1m

Cân nặng: 150 pound ~ 68kg

Dân tộc: Một sự pha trộn của tất cả các nét châu Âu truyền thống mà người Mỹ có.

Màu tóc: Xám

Màu mắt: Xanh biển nhạt.

Diện mạo: Bà Hubbard là một phụ nữ già, bị gù, nhưng vẫn khỏe mạnh, với ánh mắt sáng ngời.

Phong cách ăn mặc: Bà ấy mặc những chiếc váy dài, màu tối, kéo dài trên sàn như cái chổi. Bà ấy buộc tóc thành búi và đeo kính mắt có gọng dây. Bà ấy sợ bị cướp, vì vậy bà ấy luôn có một khẩu súng nhỏ được giấu trong tạp dề của mình.

Tính hài hước: Tự trấn an bản thân.

Kiểu tính cách: Hiếu khách, biểu cảm.

Sở thích: Nấu ăn, may vá, ủi quần áo, nhảy múa.

Âm nhạc yêu thích: Nhạc big-band từ những năm 30 và 40.

Sách yêu thích: Truyện cổ tích.

Phim yêu thích: Vị phù thủy xứ Oz.

Màu sắc yêu thích: Tím, xám.

Đồ đạc trong ví hoặc túi: Bà ấy không có ví, nhưng tạp dề của bà ấy có nhiều túi.

Miêu tả về ngôi nhà: Thật đáng tiếc, ngôi nhà của bà ấy khá trần trụi. Phòng khách nhỏ có một chiếc thảm mỏng, rách. Bếp có sàn linoleum[19] cũ và tủ gỗ đơn giản, không được sơn phủ. Tủ chén cũng đơn giản và khá trống rỗng.

Học vấn: Tốt nghiệp trung học và kết hôn. Với bà, đó chỉ là những gì bạn PHẢI làm khi còn trẻ. Bà không hiểu tại sao những cô gái trẻ lại mất nhiều năm đi học, chờ đợi thêm nhiều năm để kết hôn và sinh con, vì nó không có ý nghĩa gì cả.

Kinh nghiệm làm việc: Không có. Bà Hubbard chưa bao giờ làm việc bên ngoài. Chồng bà từng có công việc nhiều năm trước, nhưng sau đó ông ta mất và bà trở thành góa phụ. Bà ấy có một số tiền trợ cấp nhỏ, và đó thực sự là tất cả những gì bà ấy cần.

Gia đình: Bà Hubbard là một góa phụ có 5 người con và họ đã trưởng thành, ra ở riêng. Họ vẫn quan tâm đến bà ấy, nhưng do bận rộn nên không gặp bà nhiều.

Ký ức tuổi thơ tồi tệ nhất: Bà Hubbard lớn lên trong một gia đình nghèo, và tủ chén luôn trống rỗng.

Hy vọng lớn nhất: Bà Hubbard hy vọng một ngày nào đó trở nên giàu có, phồn vinh.

Nỗi sợ sâu thẳm nhất: Tủ chén sẽ luôn trống rỗng.

Cách nhìn nhận bản thân: Một bà cụ nghèo khổ đã bị cuộc sống đối xử tệ bạc.

Cách người khác nhìn nhận: Một bà già nghèo khó, mắc bệnh ám ảnh với tủ chén trống rỗng.

---

[19] Linoleum: Một loại vật liệu lót sàn được sử dụng phổ biến trong ngành xây dựng và trang trí nội thất

Robin Hood

Tuổi: 35.

Chiều cao: 6'0" ~ 1m8.

Cân nặng: 180 pound ~ 81,6kg.

Dân tộc: Saxon.

Màu tóc: Vàng.

Màu mắt: Xanh biển.

Diện mạo: Một thanh niên đẹp trai, mặc đồ da, và mang cung tên đi khắp nơi.

Khả năng hài hước: Vui vẻ và sảng khoái.

Kiểu tính cách: Hiếu khách, thích lãnh đạo.

Đảng phái chính trị: Anh ta chống đối Quận trưởng Nottingham và ủng hộ Richard the Lionhearted[20].

Sở thích: Bắn cung, uống bia, theo đuổi những cô gái xinh đẹp.

Âm nhạc yêu thích: Những bài hát về uống bia.

Sách yêu thích: Sách?

Màu sắc yêu thích: Vàng và xanh lá cây.

Đồ đạc trong ví: Một vài đồng vàng.

Miêu tả căn nhà: Anh ta sống trong một hang động ở rừng Sherwood.

Học vấn: Không có.

Kinh nghiệm làm việc: Robin Hood chưa bao giờ làm việc. Anh ta săn trộm hươu từ rừng, và cướp của từ những người giàu để chia cho người nghèo, nhưng cũng cần phải sống, nên anh ta giữ lại những gì mình cần.

Gia đình: Băng tội phạm vui vẻ là gia đình của anh ta.

---

[20] Vua của Anh từ năm 1189 đến năm 1199, nổi tiếng với tư cách là một nhà lãnh đạo quân sự tài ba, đặc biệt là trong cuộc Thập tự chinh thứ ba.

Bạn thân nhất: Little John.

Bạn bè nam: Little John, Friar Tuck, Will Scarlett, Much the Miller's Son.

Bạn nữ: Maid Marian.

Kẻ thù: Quận trưởng Nottingham luôn cố gắng bắt giữ Robin Hood.

Miêu tả một câu: Một kẻ ngoài vòng pháp luật, sống nhờ kỹ năng bắn cung của mình.

Hy vọng lớn nhất: Anh ta muốn sống tự do.

Nỗi sợ sâu nhất: Anh ta sợ bị bắt và mất đi tự do.

Triết lý sống: Tự do hay là chết.

Cách nhìn nhận bản thân: Chàng trai vui vẻ nhất trên thế giới.

Cách người khác nhìn nhận: Một gã kỳ quặc, mặc áo da, và mang cung tên đi khắp MỌI NƠI.

Gấu Papa

Không bổ sung gì thêm.

Gấu Mama

Không bổ sung gì thêm.

BƯỚC 8: DANH SÁCH PHÂN CẢNH

1. Goldilocks bắt đầu viết cuốn tiểu thuyết đầu tay nhưng bí ý tưởng. Cô ấy không thể tìm ra cách bắt đầu. Vì vậy, cô ấy quyết định tham dự một hội thảo viết lách.

2. Goldilocks tham gia lớp học đầu tiên của Gấu Papa và sau đó thử lập đề cương nhưng không được. Nó quá nhạt nhẽo.

3. Goldilocks tham gia lớp của Gấu Mama và thử viết theo phong cách "tự nhiên" nhưng không thành. Nó quá mơ hồ.

4. Goldilocks tuyệt vọng. Cô ấy thấy có lớp nói về phương pháp Hoa Tuyết và quyết định tham gia.

5. Goldilocks tham gia một loạt các chuyên đề của Gấu Baby, và chú đưa cô lên ghế nóng làm ví dụ giảng dạy, và chỉ cô cách xác định độc giả mục tiêu.

6. Gấu Baby thúc ép Goldilocks mạnh mẽ và cuối cùng viết ra một câu tóm tắt truyện.

7. Gấu Baby giải thích về Hoa Tuyết và cách phát triển câu chuyện từng chút. Sau đó, Sói Big Bad bắn hạ chú ta.

8. Gấu Baby giải thích về cấu trúc Tam Hồi và giúp Goldilocks viết bản tóm tắt trong một đoạn.

9. Goldilocks tìm hiểu về Mục tiêu, Tham vọng và Giá trị của nhân vật, và làm cho các nhân vật chính của mình trở nên thú vị hơn.

10. Goldilocks giành giải thưởng khi tạo ra bản tóm tắt một trang xuất sắc—một bữa trưa với Sói Big Bad.

11. Gấu Baby nói với Goldilocks nhân vật phản diện của cô không sâu sắc. Cô đã cải thiện khá nhiều, nhưng Heo Little nói rằng sói sẽ ghét nhân vật phản diện mới.

12. Goldilocks đi ăn trưa với sự sợ hãi về những gì Sói Big Bad sẽ nói, nhưng anh ta yêu nhân vật phản diện mới của cô và kể cho cô nghe về cuộc đời mình.

13. Goldilocks chỉ trích Gấu Baby vì cô phải sửa lại tiểu thuyết, nhưng chú ta giải thích rằng việc quay lại sửa là điều cần thiết.

14. Gấu Baby dạy cách viết bản tóm tắt dài. Heo Little rời đi sau khi Goldilocks từ chối yêu cầu giúp đỡ và cũng bị Sói Big Bad mắng.

15. Gấu Baby dạy về từ điển nhân vật khi Sói Big Bad ngủ. Một lúc sau đó, họ nghe thấy tiếng còi cứu thương.

16. Heo Little bị sát hại, và Sói Big Bad bị bắt.

17. Goldilocks thăm sói trong tù và nghĩ rằng anh ta vô tội, và thề sẽ minh oan cho anh ta.

18. Goldilocks không thể nghĩ ra cách để minh oan cho Sói Big Bad, phải tới khuya cô mới làm bài tập và lên giường ngủ trong mệt mỏi.

19. Goldilocks tìm hiểu về danh sách phân cảnh, và khi Gấu Baby đề cập đến mốc thời gian, cô phát hiện ra điều gì đó.

20. Goldilocks tìm ra chứng cứ minh oan cho Sói Big Bad. Nhưng khi cô cho Heo Tiny thấy, cậu ta đã cố gắng giết cô.

21. Goldilocks sợ đến mức không thể thét lên lời, nhưng cuối cùng cô cũng xịt hơi cay vào Heo Tiny.

22. Goldilocks giải thích mọi thứ cho lớp, và Gấu Baby giảng dạy về Mục tiêu-Xung đột-Trở ngại và Phản ứng-Khó xử-Quyết định rồi nói về bước 9 của phương pháp Hoa Tuyết.

23. Goldilocks thiết kế cảnh đầu tiên và bắt đầu viết, những con chữ tuôn ra ào ào. Cô đang viết bản thảo đầu tiên, và cô ấy thích nó!

24. Chúng ta tóm tắt 10 bước của phương pháp Hoa Tuyết.

25. Chúng ta khám phá thiết kế Hoa Tuyết cho cuốn sách này.

BƯỚC 9: KẾ HOẠCH PHÂN CẢNH

1. Goldilocks bắt đầu viết cuốn tiểu thuyết đầu tay nhưng bị bí ý tưởng. Cô ấy không thể tìm ra cách bắt đầu. Vì vậy, cô ấy quyết định tham dự một hội thảo viết lách.

Góc nhìn: Goldilocks

Tiêu đề: Ước mơ viển vông

Tường thuật tóm tắt về Goldilocks và ước mơ không thực tế của cô về việc viết một cuốn tiểu thuyết.

Mục tiêu: Viết chương đầu tiên của mình.

Xung đột: Cô không biết cách bắt đầu và sợ đi sai hướng.

Trở ngại: Cả ngày mà chỉ viết được một chữ "Cái ..."

Phản ứng: Goldilocks khóc.

Khó xử: Làm thế nào để học cách bắt đầu?

Quyết định: Đi đến một hội thảo viết lách và học cách viết một cuốn tiểu thuyết.

2. Goldilocks tham gia lớp học đầu tiên của Gấu Papa và sau đó thử lập đề cương nhưng không được. Nó quá nhạt nhẽo.

Góc nhìn: Goldilocks

Mục tiêu: Tham gia lớp học về lập đề cương chia sẻ bởi Gấu Papa.

Xung đột: Cô không thích việc lập đề cương.

Trở ngại: Cô ghét cuốn tiểu thuyết của mình, mà cô còn chưa viết một chữ nào.

3. Goldilocks tham gia lớp của Gấu Mama và sau đó thử viết theo phong cách "tự nhiên", nhưng không thành công. Nó quá mơ hồ.

Góc nhìn: Goldilocks

Mục tiêu: Tham gia lớp học về cách viết tự nhiên của Gấu Mama.

Xung đột: Cô đã thử điều này rồi và nó không hoạt động với cô.

Trở ngại: Cô vẫn chỉ có một từ: "Cái ..."

4. Goldilocks tuyệt vọng. Cô ấy thấy có lớp nói về phương pháp Hoa Tuyết và quyết định tham gia.

Góc nhìn: Goldilocks

Phản ứng: Goldilocks cảm thấy tuyệt vọng.

Khó xử: Bây giờ thì sao?

Quyết định: Tham gia lớp phương pháp Hoa Tuyết của Gấu Baby.

5. Goldilocks tham gia một loạt các chuyên đề của Gấu Baby, và chú đưa cô lên ghế nóng làm ví dụ giảng dạy, và chỉ cô cách xác định độc giả mục tiêu.

Góc nhìn: Goldilocks

Tiêu đề: Độc giả mục tiêu của bạn

Mục tiêu: Học cách viết một cuốn tiểu thuyết.

Xung đột: Gấu Baby yêu cầu Goldilocks ngồi trước lớp và xác định khán giả mục tiêu.

Trở ngại: Cô vẫn không biết cách viết cuốn tiểu thuyết của mình, và họ đã lãng phí thời gian nói về marketing, chán quá!

6. Gấu Baby thúc ép Goldilocks mạnh mẽ và cuối cùng viết ra một câu tóm tắt truyện.

Góc nhìn: Goldilocks

Tiêu đề: Tóm truyện trong một câu

Mục tiêu: Học phương pháp Hoa Tuyết.

Xung đột: Gấu Baby muốn cô viết toàn bộ câu chuyện trong ít hơn 25 từ! Thật lố bịch!

Trở ngại: Cô nghĩ ra một câu tóm tắt tuyệt vời, nhưng đó không phải là một cuốn tiểu thuyết hoàn chỉnh.

7. Gấu Baby giải thích về Hoa Tuyết và cách phát triển câu chuyện từng chút. Sau đó, Sói Big Bad bắn hạ chú ta.

Góc nhìn: Goldilocks

Tiêu đề: Mô hình sáng tác của bạn.

Mục tiêu: Tìm cách chuyển từ một câu nhỏ thành một cuốn tiểu thuyết hoàn chỉnh.

Xung đột: Goldilocks không tin rằng điều này sẽ hiệu quả với mình. Nó nghe có vẻ quá đơn giản, và viết một cuốn tiểu thuyết nên phức tạp và khó khăn hơn thế nhiều.

Trở ngại: Gấu Baby bị Sói Big Bad bắn.

8. Gấu Baby giải thích về Cấu trúc Tam hồi và giúp Goldilocks viết bản tóm tắt trong một đoạn.

Góc nhìn: Goldilocks

Tiêu đề: Sự quan trọng của việc tạo ra thảm họa.

Phản ứng: Goldilocks sốc, sợ hãi và tức giận.

Khó xử: Sói Big Bad đe dọa giết cô nếu cô sử dụng phương pháp Hoa Tuyết.

Quyết định: Cô tấn công anh ta và sau đó phát hiện ra rằng đó chỉ là một màn kịch—Gấu Baby không chết, và chó sói là người diễn.

Mục tiêu: Học cấu trúc Tam hồi.

Xung đột: Goldilocks gặp khó khăn khi cố hiểu cấu trúc này.

Trở ngại: Cô tạo ra một đoạn tóm tắt hay, nhưng nó nhạt nhẽo vì chỉ xoay quanh cốt truyện chứ không phải nhân vật.

9. Goldilocks tìm hiểu về Mục tiêu, Tham vọng và Giá trị của nhân vật, rồi làm cho các nhân vật chính của mình trở nên thú vị hơn.

Góc nhìn: Goldilocks

Tiêu đề: Không gì quan trọng hơn nhân vật

Mục tiêu: Tạo ra bảng thông tin nhân vật.

Xung đột: Goldilocks không hiểu Mục tiêu, Tham vọng và Giá trị.

Trở ngại: Goldilocks làm bảng thông tin cho mọi nhân vật trừ kẻ phản diện. Gấu Baby có lẽ không muốn cô lãng phí thời gian vào nhân vật phản diện.

10. Goldilocks giành giải thưởng khi tạo ra bản tóm tắt một trang xuất sắc—một bữa trưa với Sói Big Bad.

Góc nhìn: Goldilocks

Tiêu đề: Câu chuyện của bạn trong một trang.

Mục tiêu: Cho Gấu Baby xem những gì cô đã làm.

Xung đột: Gấu Baby cho rằng nhân vật phản diện của cô hơi mờ nhạt, và Sói Big Bad tranh cãi với Goldilocks.

Trở ngại: Goldilocks nhận giải thưởng cho bản tóm tắt một trang của cô—nhưng đó lại là một bữa trưa với Sói Big Bad!

11. Gấu Baby nói với Goldilocks rằng nhân vật phản diện của cô ấy không sâu sắc. Cô đã cải thiện khá nhiều, nhưng sau đó Heo Little nói rằng Sói Big Bad sẽ ghét nhân vật phản diện mới.

Góc nhìn: Goldilocks

Tiêu đề: Những câu chuyện bí mật của nhân vật.

Mục tiêu: Viết tóm tắt cho tất cả các nhân vật của cô.

Xung đột: Goldilocks miễn cưỡng đồng ý làm việc với nhân vật phản diện của mình.

Trở ngại: Heo Little nói cô đã làm hỏng nhân vật phản diện của mình bằng cách làm anh ta trở nên sâu sắc, và Sói Big Bad sẽ chê cười.

12. Goldilocks đi ăn trưa với sự sợ hãi về những gì Sói Big Bad sẽ nói, nhưng anh ta yêu nhân vật phản diện mới của cô và kể cho cô nghe về cuộc đời của mình.

Góc nhìn: Goldilocks

Tiêu đề: Thảm họa thứ hai và lý tưởng đạo đức.

Mục tiêu: Goldilocks chỉ muốn xong sớm bữa trưa với Sói Big Bad, cô chắc chắn anh ta sẽ từ chối cô.

Xung đột: Sói Big Bad lại thích và kể về cuộc đời của mình như một nhân vật phản diện. Anh ta giải thích rằng câu chuyện của cô cuối cùng có một lý tưởng đạo đức.

Trở ngại: Goldilocks vui mừng vì anh ta thích nó, nhưng bây giờ cô sẽ phải quay lại và sửa rất nhiều.

13. Goldilocks chỉ trích Gấu Baby vì cô phải sửa lại tiểu thuyết, nhưng chú ta giải thích rằng việc sửa lại là cần thiết.

Góc nhìn: Goldilocks

Tiêu đề: Tại sao rà lại là tốt.

Mục tiêu: Trách Gấu Baby vì Hoa Tuyết không hoàn hảo từ đầu và Goldilocks phải quay lại sửa.

Xung đột: Gấu Baby nói rằng việc quay lại sửa là tốt.

Trở ngại: Một số học sinh rời khỏi phòng vì phương pháp này quá mất sức.

Phản ứng: Goldilocks nản lòng và mệt mỏi.

Khó xử: Cô muốn chỉ viết một mạch và không phải quay lại sửa.

Quyết định: Cô làm hết sức mình và quyết định nói chuyện với Sói Big Bad về việc nhờ anh ấy trở thành đại diện của mình.

14. Gấu Baby dạy cách viết bản tóm tắt dài. Heo Little rời đi sau khi Goldilocks từ chối yêu cầu giúp đỡ và cũng bị Sói Big Bad mắng.

Góc nhìn: Goldilocks

Tiêu đề: Bản tóm tắt dài của bạn

Mục tiêu: Goldilocks hỏi Sói Big Bad trở thành nhà đại diện của cô.

Xung đột: Goldilocks biết rằng cô không thể có được một đại diện tốt mà không viết một bản tóm tắt, nhưng nhà đại diện có lẽ sẽ không đọc tóm tắt một cách kỹ lưỡng. Nghe có vẻ là lãng phí công sức.

Trở ngại: Goldilocks bị tổn thương bởi sự trách mắng nóng nảy của Sói Big Bad đối với Heo Little, và bây giờ cô không chắc anh ấy có phải là đại diện phù hợp với cô hay không.

15. Gấu Baby dạy cách tạo từ điển nhân vật trong khi Sói Big Bad ngủ. Một lúc sau đó, họ nghe thấy tiếng còi cứu thương.

Góc nhìn: Goldilocks

Tiêu đề: Bảng nhân vật của bạn.

Mục tiêu: Goldilocks háo hức tiếp tục làm việc với các nhân vật của cô.

Xung đột: Goldilocks thực sự cần phải nghiên cứu thêm về các nhân vật mà cô chưa từng nghĩ tới.

Trở ngại: Một tiếng còi cứu thương vang lên bên ngoài, và sau đó mọi người nhận ra rằng Sói Big Bad đã biến mất.

16. Heo Little bị sát hại, và Sói Big Bad bị bắt.

Góc nhìn: Goldilocks

Tiêu đề: Thảm họa thứ ba

Phản ứng: Mọi người bị sốc khi biết rằng Heo Little đã bị giết.

Khó xử: Sói Big Bad đã bị bắt, và tất cả bằng chứng đều là gián tiếp, nhưng chúng rất tệ với anh ta.

Quyết định: Goldilocks không thể tin rằng Sói Big Bad là hung thủ và quyết định đến nói chuyện với anh ta.

17. Goldilocks thăm sói trong tù và nghĩ rằng anh ta vô tội, rồi thề sẽ minh oan cho anh ta.

Góc nhìn: Goldilocks

Mục tiêu: Lắng nghe câu chuyện của Sói Big Bad.

Xung đột: Tất cả các bằng chứng đều chỉ ra anh ta có tội. Goldilocks chỉ có lòng tin vào sự tốt bụng của anh ta.

Trở ngại: Sói Big Bad đã từ bỏ hy vọng.

18. Goldilocks không thể nghĩ ra cách để minh oan cho Sói Big Bad, phải tới khuya cô mới làm bài tập, và lên giường ngủ trong mệt mỏi.

Góc nhìn: Goldilocks

Tiêu đề: Danh sách phân cảnh của bạn.

Mục tiêu: Tìm cách giải thoát cho anh sói.

Xung đột: Cô cố gắng phân tích vụ án của anh ta như một câu chuyện, với tóm tắt nhân vật, nhưng không thành công.

Trở ngại: Cô không có đủ bằng chứng.

19. Goldilocks học về danh sách phân cảnh, và khi Gấu Baby nhắc đến dấu mốc thời gian, cô nhận một điều gì đó.

Góc nhìn: Goldilocks

Mục tiêu: Tìm hiểu bước tiếp theo trong Hoa Tuyết.

Xung đột: Cảnh đầu tiên trong tiểu thuyết của Goldilocks không rõ ràng. Nên kể dưới góc nhìn của nhân vật nào? Và đưa phần tiền truyện vào cảnh thì bao nhiêu là vừa?

Trở ngại: Gấu Baby nói về dấu mốc thời gian. Thực tế đây không phải là một thất bại, nó là một chiến thắng hiếm hoi, nhưng chỉ Goldilocks mới nhận ra điều đó. Cô chạy ra khỏi phòng, ngay cả khi Gấu Baby nói lớp vẫn chưa kết thúc.

20. Goldilocks tìm ra bằng chứng minh oan cho Sói Big Bad. Nhưng khi cô cho Heo Tiny thấy, cậu ta đã cố gắng giết cô.

Góc nhìn: Goldilocks

Tiêu đề: Mục tiêu, Xung đột, Trở ngại

Mục tiêu: Lấy dấu mốc thời gian cho các sự kiện ngày hôm qua.

Xung đột: Gấu Papa không muốn giúp, nhưng cuối cùng bác ta tìm ra biên lai cà phê. Goldilocks lấy trộm máy ảnh.

Trở ngại: Goldilocks tìm thấy chứng cứ cho thấy Sói Big Bad vô tội, và cho Heo Tiny xem. Cậu ta rút ra một ống tiêm.

21. Goldilocks sợ đến mức không thể thét lên lời, nhưng cuối cùng cô cũng xịt hơi cay vào Heo Tiny.

Góc nhìn: Goldilocks

Tiêu đề: Phản ứng, Khó xử, Quyết định

Phản ứng: Goldilocks sợ hãi.

Khó xử: Cô không thể chạy. Cô không thể đánh lại Heo Tiny. Cô không thể lẩn trốn.

Quyết định: Cô lấy ra bình hơi cay và xịt trực tiếp mắt cậu ta.

22. Goldilocks giải thích mọi thứ cho cả lớp, và Gấu Baby giảng dạy về Mục tiêu-Xung đột-Trở ngại và Phản ứng-Khó xử-Quyết định rồi nói về bước 9 của phương pháp Hoa Tuyết.

Góc nhìn: Goldilocks

Tiêu đề: Lập kế hoạch cho các phân cảnh

Mục tiêu: Hoàn thành buổi học.

Xung đột: Không có. Goldilocks giải thích những gì cô đã làm, và Gấu Baby giải thích mỗi bước là một phần của cảnh chủ động hoặc bị động.

Trở ngại: Họ gần như hết thời gian. Goldilocks cảm thấy tồi tệ vì đã chiếm hết thời gian của mọi người.

23. Goldilocks thiết kế cảnh đầu tiên và bắt đầu viết, những con chữ tuôn ra ào ào. Cô đang viết bản thảo đầu tiên, và cô ấy thích nó!

Góc nhìn: Goldilocks.

Tiêu đề: Viết tiểu thuyết

Goldilocks ngồi xuống viết và bắt đầu đánh máy, những con chữ cứ tuôn trào như suối. Cô viết cảnh đầu tiên trong cuồng nhiệt, và khi hoàn thành, cô nhận ra rằng mình đang là một nhà văn. Cô còn một chặng đường dài phía trước, nhưng cô biết rằng mình có thể viết toàn bộ và nó sẽ là một cuốn tiểu thuyết hay, được cấu trúc tốt, với chủ đề mạnh mẽ nảy sinh tự nhiên từ câu chuyện. Goldilocks rất hạnh phúc.

24. Chúng ta tóm tắt 10 bước của phương pháp Hoa Tuyết.

25. Chúng ta khám phá thiết kế Hoa Tuyết cho cuốn sách này.

BẠN MUỐN TIẾP TỤC PHÁT TRIỂN?

Bạn muốn nâng tiểu thuyết của mình lên tầm cao mới?

Tôi tin rằng cách nhanh nhất để cải thiện tác phẩm là học cách viết những phân cảnh mạnh mẽ, bùng nổ cảm xúc!

Chúng ta đã đề cập tới một số khía cạnh cơ bản của các phân cảnh trong chương 17, nhưng tôi đã viết hẳn một cuốn sách chuyên sâu, hoàn chỉnh về chúng, với các ví dụ cụ thể trích từ ba cuốn tiểu thuyết bán chạy nhất. Hãy trở thành một "ninja" phân cảnh từ hôm nay, vì chỉ cần bạn tạo ra một cảnh bùng nổ, bạn có thể viết cả trăm cảnh hấp dẫn—và đó là một cuốn tiểu thuyết!

Cách Viết Truyện Bùng Nổ Với Phương Pháp Hoa Tuyết là phần tiếp theo của sách này, giúp bạn viết từng cảnh truyện sống động và hấp dẫn. Hiện sách đã được Fususu dịch xong, bạn hãy tìm đọc nhé!

NẾU BẠN THÍCH CUỐN SÁCH NÀY...

Lời nhắn từ Goldilocks: "Truyền miệng là một trong những nguồn lực marketing mạnh mẽ nhất vũ trụ. Nếu bạn thích cuộc phiêu lưu của tôi, tôi rất biết ơn khi bạn có thể để lại một review cho cuốn sách này. Bạn không cần phải nói nhiều đâu—chỉ vài dòng cảm xúc về sách là được.

Cảm ơn bạn rất nhiều! Tôi rất biết ơn bạn!"

ĐÔI NÉT VỀ TÁC GIẢ

Randy Ingermanson nhận bằng Tiến sĩ Vật lý Lý thuyết từ Đại học California tại Berkeley. Ông đã viết luận án Tiến sĩ bằng cách sử dụng chính những ý tưởng trong cuốn sách này.

Kể từ đó, ông áp dụng kiến thức toán học của mình để làm cho thế giới tốt đẹp hơn.

Ở Randy, có một chút nét giống Goldilocks, một chút giống Gấu Baby và một chút giống Sói Big Bad. Ông hy vọng mình không giống Heo Little, nhưng bạn có thể hỏi ý kiến của bạn bè ông.

Randy là tác giả của 6 tiểu thuyết đạt giải và ông được biết đến khắp thế giới với biệt danh "Hoa Tuyết Gia". Ông điều hành trang web **Advanced Fiction Writing** và phát hành **Advanced Fiction Writing E-zine** miễn phí hàng tháng, một bản tin qua email hướng dẫn viết tiểu thuyết rất phổ biến. Ông cũng viết blog khi rảnh, và người tạo ra Snowflake Pro, một phần mềm giúp bạn ứng dụng phương pháp Hoa Tuyết dễ dàng và thú vị hơn.

Bạn có thể đọc tất cả thông tin về Randy và đăng ký e-zine của ông tại trang web:

AdvancedFictionWriting.com

SÁCH CÙNG TÁC GIẢ

Bộ sách Advanced Fiction Writing

1. *How To Write A Novel Using Snowflake Method*
(Cách Viết Tiểu Thuyết Với Phương Pháp Hoa Tuyết)

2. *How To Write A Dynamite Scene Using Snowflake Method*
(Cách Viết Truyện Bùng Nổ Với Phương Pháp Hoa Tuyết)

Writing Fiction For Dummies

(Cách Viết Tiểu Thuyết Cho Người Mới)

DISCLAIMER STANDARD

Đây là một "business parable"—một phương pháp chia sẻ kinh nghiệm, ẩn chứa trong câu truyện viễn tưởng. Tên, nhân vật, công ty và các thực thể chính phủ trong truyện hoàn toàn hư cấu, chỉ là sự tưởng tượng. Mọi sự trùng khớp với các cá nhân, công ty hoặc các thực thể chính phủ chỉ là sự trùng hợp và không có ý nghĩa gì cả.

LỜI CẢM ƠN

Cảm ơn Angie Hunt, người đã đặt câu hỏi về "phép ẩn dụ cho việc viết bản nháp đầu tiên" và đã thúc đẩy tôi tạo ra một phương pháp tương tự với cấu trúc hoa tuyết vào mùa hè năm 2002. Và cảm ơn Janelle Schneider, người đầu tiên đã nhìn một tương lai tiềm năng mà phương pháp Hoa Tuyết trở nên cực kỳ phổ biến.

ĐÔI NÉT VỀ DỊCH GIẢ

Fususu
Nguyễn Chu Nam Phương

Từng tốt nghiệp 4 điểm Văn, nhưng lại có thể tự viết và xuất bản tới 10 đầu sách và truyện, nhiều cuốn từng lọt top bán chạy Tiki, và cũng giúp đỡ hàng chục tác giả khác xuất bản thành công cuốn sách của họ.

Fususu tin rằng: Mọi thứ đều có thể, vấn đề là phương pháp, và trên con đường chinh phục mục tiêu, việc có trong tay tấm bản đồ đúng đắn, còn hơn cả việc bạn được thần may mắn phù hộ!

MÓN QUÀ TẶNG BẠN

Cám ơn bạn,

Hãy quét mã QR để nhận những món quà độc đáo từ Randy Ingermanson cũng như Fususu, từ phần mềm Snowflake, cho tới template và các bí viết sách đầy cảm hứng, giúp hành trình trở thành tác giả của bạn trở nên nhanh chóng hơn, sung sướng hơn!

fususu.com/qr-snowflake-1

Hẹn sớm gặp bạn trên bìa sách... của bạn!

www.ingramcontent.com/pod-product-compliance
Lightning Source LLC
LaVergne TN
LVHW050645051026
849532LV00002B/530